HÀI HƯỚC
—RƯỚC—
THÀNH CÔNG

7 Bí Quyết Gây Cười Không Cần Năng Khiếu
Và Thu Hút Thành Công Theo Cách Mới

Ver.19b.24.08.04

Copyright © 2024 Fususu.com. All rights reserved.

MỤC LỤC

ĐÔI NÉT VỀ TÁC GIẢ

FUSUSU
Nguyễn Chu Nam Phương

Vốn hướng nội, ít nói, ngại giao tiếp, nhưng lại có thể đạt giải vô địch thuyết trình hài hước Toastmasters 5 nước Đông Nam Á năm 2022, và sau đó lọt vào vòng tứ kết cuộc thi hùng biện thế giới năm 2024.

Nhờ kỹ năng hài hước, anh trở thành chuyên gia đào tạo được yêu thích, nhà huấn luyện diễn giả được công nhận, tác giả nhiều đầu sách hay với danh sách cả trăm ngàn độc giả theo dõi. Anh cũng đã giúp hàng chục tác giả khác tự viết và xuất bản cuốn sách của họ.

Fususu tin rằng: Mọi thứ đều có thể, vấn đề là phương pháp. Hãy sẵn sàng để "khai quật kho báu tiếng cười" ở khắp nơi, để bạn không chỉ vui vẻ hạnh phúc hơn, mà còn "thu hút" thành công mau chóng hơn bao giờ hết!

LỜI MỞ MIỆNG

Điều gì tệ hơn khi bị "ăn" một viên gạch?

Có thể bạn đang nghĩ tới... hai viên gạch. Trên thực tế, câu trả lời phụ thuộc vào viên gạch đó làm bằng gì, và nó bay vào đâu.

Cuối 2010, tôi đã tham gia khóa học Tôi Tài Giỏi[1] đầu tiên ở Hà Nội, và chứng kiến các diễn giả vô cùng hài hước. Liên tục trong 3 ngày, họ không chỉ giúp chúng tôi nhận ra nhiều bài học sâu sắc, mà còn được cười nghiêng ngả. Tôi nhớ có bạn còn té từ trên ghế xuống sàn, ôm bụng cười lăn lộn, mãi mới ngồi dậy được. Tôi hâm mộ họ lắm, và nghĩ rằng mình đã tìm ra sứ mệnh cuộc đời:

Trở thành một diễn giả hài hước.

Mỗi ngày trôi qua, tôi đều mơ tới cảnh mình bước lên sân khấu lớn, chọc cười khán giả, rồi những tràng pháo tay rào rào. Tôi đã cảm thấy vô cùng phấn khích, cho tới khi tỉnh dậy và đối mặt với viên gạch của thực tế phũ phàng: Tôi vốn là một người đàn ông nhút nhát, hướng nội (gọi tắt là ông nội). Bắt

____

[1] Một khóa học tạo động lực từ Adam Khoo, tác giả cuốn sách Tôi Tài Giỏi Bạn Cũng Thế.

chuyện với một cô gái đã khó rồi chứ đừng nói đến việc nói chuyện trước đám đông.

Đó vẫn chưa phải là điều tệ nhất.

Bố mẹ tôi vốn làm trong ngành ngân hàng, đã đầu tư không biết bao tiền ăn học cho tôi để nối nghiệp họ. Bản thân tôi cũng dành nhiều năm đèn sách để trở thành sinh viên đại học Ngoại Thương danh giá, khoa tài chính ngân hàng. Bạn nghĩ họ sẽ phản ứng thế nào khi biết được ước mơ "viển vông" của tôi?

Chắc chắn là tôi cần một chiếc mũ bảo hiểm cỡ bự, loại "nồi cơm điện."

Tôi vẫn còn nhớ mãi bữa tối ấy.

Món canh của mẹ thật ngon, những câu chuyện cười bố kể thật vui. Đó là một cơ hội không thể hoàn hảo hơn để kêu gọi sự ủng hộ. Thế là tôi lấy hết can đảm để chia sẻ ước mơ cháy bỏng: trở thành một diễn giả.

Mặt bố đỏ bừng, "Con khùng hả?"

(Sau đó, người thực sự phát khùng là bố tôi).

Mẹ chỉ mỉm cười, nhìn tôi như muốn nói, *"Diễn thật đi con, sao lại... diễn giả?"*

Những viên gạch của sự nghi ngờ làm trái tim tôi rỉ máu. Bạn biết đấy, tình yêu càng mãnh liệt thì nỗi đau càng dai dẳng. Nhiều khi tôi ước đó là gạch thật, thì tôi đã không phải sống nhiều năm trong phân vân: Tôi nên theo đuổi ước mơ viển vông của mình, hay theo đuổi ước mơ của bố mẹ để có một công việc "đảm bảo" ở ngân hàng, và một người vợ "đảm bảo", cũng làm ngân hàng?

Cuối cùng, tôi đã có lựa chọn của mình.

Ước mơ ấy đã dẫn lối tôi đến với vị trí copywriter tại một công ty tổ chức sự kiện lớn, nơi có rất nhiều diễn giả giỏi. Sếp của tôi, một người đàn ông nghiêm túc với mái tóc hoa râm, nói với tôi: Để trở thành diễn giả, bạn phải có khiếu hài hước.

Tuyệt, tôi biết rất nhiều câu chuyện cười từ bố, tôi có thể thử.

Nhưng tôi chưa bao giờ có cơ hội.

Cho đến một ngày, trong một sự kiện lớn của công ty, khán giả vỗ tay rào rào, và chuyên gia đào tạo chính tới hơi muộn. Chúng tôi cần "câu giờ", mà sếp của tôi cũng vốn hướng nội, nhìn ông ấy hoảng lắm.

Cơ hội trở thành người hùng đây rồi, tôi thầm nghĩ và cảm giác cánh cửa trở thành diễn giả hài hước đã mở toang. Tôi tự tin bước lên sân khấu, cầm micro, và bắt đầu kể cho khán giả câu chuyện hay nhất của mình.

Câu chuyện tôi kể rất hài hước.

Vấn đề duy nhất chỉ là... không ai cười.

Tôi đã thử một câu chuyện khác.

May thay, lần này có một người đàn ông cười như điên.

Và đó là tôi.

Sếp tôi khi ấy mắt mở to, như thể muốn nói, "Ái chà, *lần sau tôi sẽ mời cậu làm diễn giả, khi muốn khán giả giữ trật tự.*"

Thế đấy, cánh cửa ước mơ vừa mới mở ra, đã bất ngờ đóng sập lại, làm tôi kẹt luôn cả chân.

Chưa kể lại "ăn" ngay viên gạch của thất bại nặng nề, toàn thân tôi như muốn tê liệt. Nhưng từ sâu thẳm bên trong, những bài học ở khóa học 3 ngày nhắc tôi rằng: Người khác làm được, bạn cũng sẽ làm được. Cứ kiên trì, kiểu gì cũng thành công.

Trong số các đồng nghiệp thời đó, có một chàng béo rất dễ thương, luôn được mọi người chú ý. Không phải vì thân hình như chú gấu Kungfu Panda, mà là vì những câu nói bâng quơ của anh ấy có thể chọc cười bất cứ ai, khiến họ chảy nước mắt.

"Này anh," tôi hỏi. "Tại sao anh có thể nghĩ ra những câu nói hài hước như thế?"

Nếu đứng đó cùng tôi, đảm bảo bạn sẽ phải bật cười vì gương mặt ngu ngơ của anh ấy, cứ như thể câu hỏi của tôi đã chạm tới một cái hố đen nào đó trong bộ não, hút sạch mọi ý tưởng của anh ta.

"Chẳng biết," anh béo nói. "Lúc đó anh buột miệng ra thôi."

Nghe câu đó mà tôi "đứng hình". Thế là hết, con đường này có lẽ chỉ dành cho những người hướng ngoại, có năng khiếu giao tiếp tốt. Còn với người nội tâm trầm tính như tôi, nó chỉ là một ước mơ viển vông, đúng như ý bố mẹ tôi ngày nào...

Nhưng một lần nữa, bài học từ khóa học 3 ngày khi xưa nhắc tôi rằng: Thất bại lớn nhất, là không hành động, và cho phép mình mắc kẹt ở mức trung bình. Đúng vậy, tôi nghĩ: Viển vông hay không, là do hành động!

Để giải mã "siêu năng lực" kể chuyện cười mà không ai cười của mình, tôi đã tìm tới một cố vấn cấp cao hơn là ngài Google. Và tình cờ xem được clip của Darren Lacroix, nhà vô địch diễn thuyết thế giới năm 2001.

Thật tuyệt vời!

Chỉ trong 8 phút, Darren đã khiến khán giả cười 23 lần, và truyền cảm hứng cho tôi đặt ra mục tiêu "viển vông" không kém:

Làm mọi người trong công ty cười.

Bạn đã bao giờ thử làm một điều bất khả thi chưa?

Tôi đã làm được. Trong 9 phút, tôi đã khiến mọi người trong công ty cười 24 lần!

Đơn giản lắm. Đầu tiên, tôi bước lên sân khấu đầy tự tin, rồi nhấn nút play cho họ xem clip của Darren Lacroix.

Vâng, tôi đã có 23 tiếng cười.

Tiếng cười cuối cùng rất đơn giản.

Khi hết clip, tôi nói với mọi người: "Sớm thôi, tôi sẽ trở thành một diễn giả giỏi như ông ấy!"

Đó là tiếng cười số 24.

Mọi người, kể cả sếp của tôi, đã cười nghiêng ngả vào ước mơ của tôi...

Lúc đó tôi chỉ muốn độn thổ. Những viên gạch của sự sỉ nhục làm trái tim tôi tan nát với hàng loạt suy nghĩ dằn vặt bản thân. *"Có lẽ thế. Mình sẽ chẳng bao giờ trở thành diễn giả. Con đường này chỉ dành cho những người có năng khiếu. Còn một ông nội nhút nhát như tôi, còn lâu mới tìm được bà ngoại..."*

1 năm sau...

"Chúc mừng em đã trở thành Trainer chính thức," sếp nói với tôi.

Tôi ngỡ ngàng, không thốt lên lời.

Giờ ngẫm lại, tôi cũng không thể tin được mình đã trở thành diễn giả chính cho khóa học chuẩn mực siêu cao ấy sau chỉ có 1 năm, trong khi hầu hết những Trainee khác đã dành nhiều năm... rồi có thể bỏ cuộc.

Không chỉ thế, trong khóa học, tôi được phân công giảng dạy phần phương pháp học tập, vốn rất nhiều lý thuyết khô khan. Tuy nhiên, điểm số học viên đánh giá tôi cuối nhiều khóa vẫn đạt 5 sao, cả về mặt nội dung hữu ích, lẫn cách trình bày sinh động.

Từ 2011 tới 2015, tôi tiếp tục cống hiến cho khóa học Tôi Tài Giỏi, theo chuẩn mực của tập đoàn Adam Khoo (Singapore) hơn 1500 giờ đào tạo, chọc cười hàng chục ngàn học viên và phụ huynh. Sau đó, tôi bắt đầu hành trình trở thành một tác giả tự do, vừa du lịch vừa viết lách, và... sinh em bé (ý tôi là những bé sách nhẹ cân, mà nặng tri thức).

Nhiều độc giả chia sẻ rằng họ thấy những cuốn sách của tôi không chỉ hữu ích, mà cách viết rất dễ hiểu và hóm hỉnh đúng như biệt danh Fususu. Nếu bạn chưa biết, thì Fususu là viết tắt của Phương Susu: chuyên cung cấp *phương* pháp giúp bạn *sung sướng* trên con đường chinh phục mục tiêu.

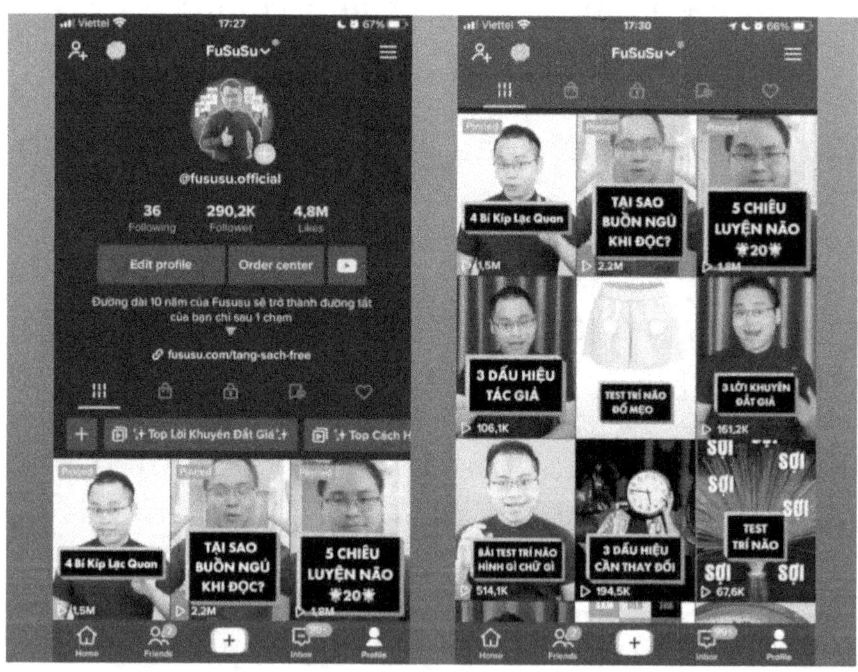

Vốn ngại xuất hiện trước ống kính, nhưng cuối 2021 tôi mở kênh Tiktok @fususu.official.

Nhờ cùng những kỹ thuật hài hước, mà chỉ trong vài tháng, kênh đã đạt gần 300 ngàn lượt follow với hàng chục clip triệu view.

Tháng 5 năm 2022, chỉ 1 năm sau khi tham gia Toastmasters International, tôi đã giành giải nhất trong Cuộc thi thuyết trình hài hước khu vực 5 nước Đông Nam Á (District 97). Vì Covid mà cuộc thi tổ chức onlinc, tôi vẫn nhớ khoảnh khắc ban giám khảo xướng tên, tôi đã hét như điên trong phòng. May mà Zoom có nút Mute, chứ không tôi sẽ được tặng thêm một giải khác, dành cho... thí sinh ồn ào nhất.

Năm 2023, năm thứ 2 tham gia Toastmasters, tôi đã nhận được giải thưởng thậm chí còn hoành tráng hơn. Đó là vợ tôi, cô ấy làm việc ở một ngân hàng lớn. Bố mẹ tôi đã rất tự hào.

Rồi năm 2024, cùng với những bí quyết bạn sẽ được khám phá trong cuốn sách này, tôi đã tiếp tục đạt giải vô địch thuyết trình quốc tế khu vực 5 nước Đông Nam Á, và lọt vào vòng tứ kết cuộc thi thuyết trình thế giới do Toastmasters International tổ chức.

Toastmasters District 97
International Speech and Table Topics Contests
18th – 19th May 2024
Arnoma Grand Bangkok Hotel

Hiện tại, tôi đang sống hạnh phúc với vợ, cũng là một tác giả, trong một căn hộ view biển, làm chủ hoàn toàn thời gian của mình. Công việc hàng ngày của tôi là viết sách, khi rảnh tôi coaching, giúp nhiều tác giả khác bắt đầu hành trình viết lách, hoặc biến bản thảo "để đấy" của họ, trở thành cuốn sách "để đời" được xuất bản!

Tôi chia sẻ không phải để khoe, vì nói thật là những thành công của tôi vẫn chưa là gì so với nhiều người ngoài kia. Trong danh sách của tôi vẫn còn cả chục cuốn sách cần viết, cả trăm tác giả cần hỗ trợ, và rất nhiều tiếng cười mà tôi muốn thấy từ các độc giả của mình (nếu bạn vừa đọc, vừa tủm tỉm cười nãy giờ thì thật tuyệt)...

Tôi chia sẻ để muốn nói với bạn rằng:

Mọi thứ đều có thể, vấn đề là phương pháp. Nhiều lúc, hài hước một chút, cũng là một cách bạn tự tạo cảm hứng để tiến lên. Gạch đá càng nhiều, thì thành công càng lớn.

Điều gì đã xảy ra?

Bạn có tò mò điều gì đã xảy ra, giúp tôi thay đổi mạnh mẽ, không chỉ nhanh chóng thăng tiến trong sự nghiệp, mà còn sở hữu lối sống tự do từ sớm? Đặc biệt, phương pháp nào đã giúp tôi trở nên hài hước (một cách tự nhiên), tạo ra những tiếng cười giòn tan từ sân khấu cho tới trang sách (để kiến thức có thể ở lại trong bụng người ta lâu hơn?)

Đó là lý do tôi viết cuốn sách này.

Các cụ có câu, "Một nụ cười bằng mười thang thuốc bổ." Tôi thì tin rằng: Cười càng to, càng hạnh phúc ấm no. Thật vậy...

★ Ai mà không yêu quý những người hài hước dễ thương?

★ Ai mà không trân trọng những khoảnh khắc tràn ngập tiếng cười?

★ Cuộc họp mà có tiếng cười, quả bom căng thẳng sẽ nổ ra ý tưởng tuyệt vời.

★ Tình huống khó xảy ra, sự hài hước có thể nâng cao tinh thần mọi người.

★ Một câu nói hài hước có thể thu hút chú ý, làm người nghe tập trung hơn.

★ Một ý tưởng hài hước có thể thu hút khách hàng, nhân đôi doanh số.

★ Tiếng cười là cách kết nối mọi người nhanh nhất.

Và còn vô vàn lợi ích khác nữa…

Thế nên, bất kể xuất phát điểm của bạn thế nào, nếu biết cách khai thác kho báu tiếng cười mọi nơi thì cuộc sống của bạn không chỉ thú vị hơn mà sự nghiệp cũng sẽ lên nhanh như diều… gặp bão!

Sách sẽ giúp bạn thế nào?

Cuốn sách là tập hợp những bí quyết giúp bạn trở nên hài hước tự nhiên. Chúng không chỉ là kiến thức tôi đã cất công học hỏi từ các nhà vô địch diễn thuyết thế giới, mà còn là kinh nghiệm thực tiễn hơn 10 năm áp dụng.

Điều thú vị là bạn có thể áp dụng từ giao tiếp trong cuộc sống, tới trình bày trên sân khấu, thậm chí viết lách, tạo ra những khoảnh khắc đáng nhớ cho độc giả.

Và ai mà biết được, điều tuyệt vời nào có thể xảy ra, khi bạn trở nên hài hước hơn?

Chẳng ai biết trước tương lai, nhưng tôi tin chắc rằng, ít nhất thì bạn cũng sẽ có những giây phút vui vẻ khi đọc cuốn sách này, vì chúng ta sẽ cùng nhau khám phá kho báu hài hước bên trong bạn.

Bạn đã sẵn sàng chưa?

Lưu ý khi đọc sách

Hãy hình dung mỗi chương sách, giống như một cuộc trò chuyện ngẫu hứng giữa chúng ta, ở một bãi biển cát trắng phau, bên ly nước dừa tươi mát, nghe tiếng sóng vỗ rì rào...

Vì thế mà sau chương này, bạn có thể đọc bất cứ phần nào bạn thích, hoặc đơn giản là đọc từ đầu tới cuối. Điều quan trọng nhất là áp dụng những gì bạn hiểu vào thực tế, bất cứ thứ gì cũng được.

Ngoài ra, để giúp bạn hiểu hơn, tôi cũng đưa vào sách những tình huống hài hước thực tế tôi đã tạo ra (hoặc trải nghiệm), cũng như trích dẫn từ những cuốn sách khác của tôi, hoặc của một số tác giả học trò của tôi.

Giờ thì còn chờ gì nữa?

Hãy lật trang để khám phá một sai lầm lớn mà hầu hết mọi người đều mắc phải khi cố gắng trở nên hài hước hơn, khiến họ thường phải đón nhận những hậu quả thảm khốc...

BÍ QUYẾT #1
ĐỪNG KỂ CHUYỆN CƯỜI

Nghe thật lạ, muốn chọc cười mọi người thì phải kể chuyện cười chứ?

Nhưng bạn biết cảm giác kể chuyện cười, mà người cười duy nhất là chính mình không?

Nó giống như một vở hài kịch mà bạn vừa là diễn viên, vừa là khán giả. Sau khi diễn một tình huống hài hước, bạn chạy xuống khán đài rồi cười ha ha, sau đó chạy lên sân khấu để diễn tiếp...

Nghe thật đau đớn bạn nhỉ?

Thậm chí con tim của bạn sẽ bị xé toạc nếu khán giả là cả một đám đông!

Hài hước có tốt cho tim mạch?

Còn nhớ đêm đó, tôi thức trắng để tìm một vài mẩu chuyện cười. Tôi định sẽ dùng chúng để mở màn cho bài thuyết trình hôm sau nên đã tập rất kỹ. Lúc lên sân khấu, tôi đã kể rất hăng say. Thật là tuyệt, mọi người đã cười té ghế, tôi dã có một bài thuyết trình như mơ!

Xin lỗi bạn, vừa rồi đúng là tôi đã mơ đấy.

Bạn biết sự thật rồi. Lần đầu tiên tôi cố gắng kể chuyện cười trên sân khấu, cũng là lần thất bại thảm hại nhất. Tim đập thình thịch, chân tay run lẩy bẩy, mồ hôi toát ra. Tôi đã rất lúng túng, bao dự định tiếp theo trong bài nói cứ thế đổ bể như những quân cờ Domino.

Sau phen thót tim đó, tôi mất hết niềm tin vào bản thân. Có lẽ một người hướng nội, ngại giao tiếp như tôi, thì cách để khiến mọi người cười duy nhất, chắc là tiếp tục kể với họ ước mơ viển vông của mình:

Trở thành một người hài hước hơn...

Có lẽ hài hước không tốt cho tim mạch như tôi nghĩ. Tôi không muốn mình bị thót tim nhiều lần như thế nữa...

Thế nhưng, điều gì đó trong tôi không cho phép mình bỏ cuộc. Sau thất bại thảm hại đó, tôi hì hục đọc sách, xem khóa học, nghiên cứu về cách nói chuyện hài hước, và tôi nhận ra rằng mình đã mắc một sai lầm lớn:

Kể chuyện cười sưu tầm, hoặc những câu bông đùa (tiếng Anh gọi là jokes).

Jokes có thể gây cười cho người này, nhưng lại gây khó hiểu cho người khác. Thậm chí sẽ là thảm họa nếu người ta đã từng biết nó, và đoán được những gì bạn định nói tiếp theo. Nếu họ cười thì chẳng qua là nụ cười "thảm thương", tức là họ thấy bạn "thảm" quá, nên cười "thương" cho bạn đấy.

Vậy nếu không kể chuyện cười, thì làm sao khiến cho người khác cười?

Quét mã QR dưới đây, bạn sẽ thấy một bài thuyết trình trực tiếp của tôi trên sân khấu Toastmasters. Hãy xem tôi đã làm gì để dù không kể chuyện cười, nhưng cả khán phòng vẫn cười vang nhé!

fususu.com/qrhh/clip3010

Tôi đã làm gì?

Vâng, tôi đã không kể chuyện cười, mà... kể chuyện thật.

Thay vì kể chuyện cười sưu tầm hoặc những câu bông đùa trên mạng với độ rủi ro cao, tôi đã kể câu chuyện thực tế đã xảy ra với mình.

Vậy tại sao mọi người lại cười?

Đó là vì góc nhìn thú vị của tôi khi kể lại.

Chẳng hạn, trong clip ở trên, ngay khi lên sân khấu, tôi đã hỏi khán giả:

"*Nói về sự tự tin, đã bao giờ bạn thuyết trình chưa?*"

(khán giả gật đầu)

"*Bạn có đủ tự tin để... xem lại bản record không?*"

(khán giả cười phá lên)

Mọi người cười một phần vì tôi đã nói lên nỗi lòng của họ (ai cũng từng như vậy), và phần lớn vì "góc nhìn thú vị" của tôi về việc xem lại clip của chính mình: Bạn cũng cần sự can đẫm lớn đấy! (chưa kể nó cũng có tính giáo dục rất cao)

Gần cuối clip, bạn sẽ thấy tôi còn bật mí cách ngày xưa tôi đã tăng tự tin để "dám" xem lại hàng trăm clip của mình diễn thuyết. Đó là... mua bỏng ngô, và làm như xem phim rạp (lúc đó, khán phòng vừa wow[2], vừa cười).

Hay trong bài nói giúp tôi đạt giải vô địch thuyết trình hài hước năm 2022, ở phần lời mở đầu, sau khi kể cho khán giả nghe những lần thất bại của mình (gọi tắt là "ăn gạch"), tôi đã chốt một câu ở khúc cuối, khiến nhiều cái miệng há ra cười, và nhiều cái đầu phải gật gù tâm đắc:

"Mục đích của gạch là để xây dựng, không phải để hủy diệt. Nếu bạn còn sống sau khi ăn gạch đá từ mọi người, hãy nhặt gạch lên, và xây ước mơ của bạn!"

Họ cười là vì ý tưởng ngộ nghĩnh: Nếu ai đó ném gạch đá cho bạn, hãy né và nhặt chúng lên để... xây nhà, xây ngôi nhà thành công của bạn (thậm chí xây nhà chọc trời luôn).

---

[2] Wow: một trạng thái cảm xúc ngạc nhiên, thường kèm theo mắt chữ O mồm chữ W.

Rồi nếu để ý nhiều tình tiết gây cười trong các clip của tôi, hay các clip thuyết trình vô địch mà tôi giới thiệu trong cuốn sách này, bạn sẽ thấy tất cả đều là chuyện thật. Chúng đều đã từng xảy ra, chỉ là chúng được kể lại với góc nhìn hài hước ở thời điểm hiện tại.

Đây cũng là cách mà tôi đã tạo ra rất nhiều tiếng cười cho học viên của mình thời ấy, khi nói về chủ đề rèn luyện trí não. Dù nhiều năm trôi qua, có những học viên khi gặp lại tôi vẫn nhớ những câu chuyện tôi đã kể.

Một trong số đó là chuyện "Bí Mật Làm Phao".

Đầu tiên, để có thể hiểu tại sao các bạn học viên lại cười lăn lộn trong quá trình kể chuyện, bạn cần biết một chút về bối cảnh của khóa học thời đó. Khi ấy, tôi là Trainer về phương pháp học tập, chia sẻ 3 bước tạo ra một bản ghi chú sáng tạo mang phong cách của mỗi người.

Trước đó, tôi đã chiếu bức ảnh Mona Lisa lên slide, vì nó có một hiệu ứng rất đặc biệt. Đó là dù bạn ở đâu trong căn phòng mà vẫn nhìn về phía slide, thì vẫn luôn có cảm giác bà ấy đang nhìn về phía mình. Nếu không tin, bạn có thể google hình ảnh Mona Lisa, đặt ở một chỗ rồi thử di chuyển khắp phòng xem bà ta có đang "theo dõi" bạn hay không!

Còn đây là bài thuyết trình "bí mật làm phao", mở màn cho phần chia sẻ phương pháp học tập của tôi thời ấy:

"Bạn biết không," tôi nói với học viên. "Hồi sinh viên, có một môn cực khó là Triết Học. Đạt điểm 5, điểm 7 là bình thường, còn thấp hơn thì nhiều vô kể. Và theo bạn, khoảng một tháng trước khi thi, tụi anh sẽ làm gì?"

Một học viên hô lên, "Ôn thi ạ!"

"Tuyệt vời, con ngoan trò giỏi đây rồi," tôi nói. "Ngày xưa, tụi anh bảo nhau: phải... tranh thủ chơi cái đã! Vì gần thi sao mà chơi được nữa?"

(Học viên cười nhẹ)

"Vậy hai tuần trước khi thi thì làm gì?" tôi hỏi học viên.

Học viên nói, "Ôn thi!"

"Tuyệt quá," tôi nói. "Tụi anh vẫn chơi tiếp, thậm chí hăng say hơn..."

(Học viên cười to hơn)

"Thế đố bạn," tôi nói. "Một tuần trước khi thi, tụi anh làm gì?"

Học viên đồng thanh, "Chơi ạ!!!"

Tôi bật cười. "Các bạn hiểu ý anh lắm, nhưng thật ra, một tuần trước khi thi, nhiều đứa bạn anh đã đi... mua phao!"

(Học viên cười rần rần)

"Còn bạn biết, anh là lớp trưởng, phải gương mẫu. Không thể mua phao được, anh sẽ làm gì đây?"

Học viên nói, "Ôn thi ạ?"

Tôi đáp, "Anh tự làm phao."

(Học viên cười té ghế)

"Nhưng bạn đừng hiểu lầm nhé," tôi nói và show một slide chứa ảnh một ghi chú sáng tạo của tôi hồi ấy, nhìn như mật mã. "Đây là một loại phao đặc biệt, hoàn toàn hợp pháp. Vì sau khi tạo ra, nó sẽ in vào đầu bạn, nên bạn sẽ khỏi cần mang vào phòng thi, mà lại có thể câu ra kiến thức của cả chương sách trong đầu!"

Học viên trầm trồ nhìn "phao tự chế" đặc biệt của tôi. "Một loại phao giúp bạn câu ra kiến thức trong đầu, nên gọi tắt là... phao câu!"

(Học viên cười vang)

Tôi nói tiếp. "Mà nó không chỉ câu kiến thức đâu, mà còn... câu cả giám thị nữa!"

Học viên cười tiếp, nhiều bạn gãi đầu tò mò. "Anh kể đi ạ?"

"À, hôm đó đi thi," tôi nói. "Tụi bạn anh đã chuẩn bị rất kỹ, đầy đủ các loại phao khác nhau. Nhưng có điều là không ai dám động thủ cả, vì thầy giám thị hôm đó... rất nghiêm túc. Thầy không đi lại, mà chỉ ngồi một chỗ và nhìn mọi người với ánh mắt như là... Mona Lisa."

(Cả phòng cười nghiêng ngả).

"Thế rồi," tôi kể tiếp. "Anh đã lấy một tờ giấy trắng, và vẽ lại toàn bộ mật mã lên đó rồi bắt đầu vừa dò lại, vừa giải mã, vừa viết vào giấy thi của mình chăm chú. Được một lúc, tự nhiên thấy cái bóng đen trên giấy thi của mình..."

(Cả phòng hồi hộp)

Tôi kể tiếp. "Ngẩng đầu lên... anh giật thót mình vì thấy ngay thầy giám thị Mona Lisa đã đứng đó tự lúc nào, và lườm tờ mật mã của anh. Và bạn biết lúc đó, khi giám thị đã bị anh thu hút hoàn toàn, tụi bạn anh nó làm gì không?"

(Cả phòng lắc đầu).

"Còn làm gì nữa," tôi mỉm cười. "Tụi nó bắt đầu động thủ. Ai có sách dùng sách, ai có phao dùng phao!" 😄

(Cả phòng cười)

"Kết thúc kỳ thi ấy, anh đã được 8 điểm môn Triết Học," tôi nắm chặt đôi tay mình trong tư thế người chiến thắng. "Nói chung, phao câu đã không chỉ cứu vớt cuộc đời anh, mà còn cứu vớt cả đồng đội của anh!" 😁

(Cả phòng cười vang)

Tôi nói đầy khí thế. "Và ngày hôm nay, bạn sẽ được nắm 3 bước bí mật để làm... phao câu!"

(Cả phòng vỗ tay rào rào, có bạn còn đứng lên ghế, tay quay cái áo khoác, háo hức như tuyển Việt Nam sắp vô địch)

Bạn thấy đấy, đó là một câu chuyện đơn giản mà tôi hoàn toàn có thể kể vắn tắt:

Hồi ấy đi thi, tôi nghĩ ra một loại ghi chú sáng tạo giúp mình vượt qua trót lọt môn thi khó, và hôm nay tôi sẽ chia sẻ cho các bạn học sinh.

Nhưng nếu vậy, có lẽ tôi đã ru ngủ cả khán phòng với các bước lý thuyết, và không thể nào được chọn vào đội ngũ Trainer năng động hài hước của khóa học.

Thay vào đó, tôi đã làm sống lại câu chuyện, với những góc nhìn hài hước khi kể lại, vừa tạo ra tiếng cười, vừa tạo ra sự phấn khích của học viên khi đón nhận và áp dụng kiến thức mình sắp chia sẻ.

Còn nhớ, trong một chương trình đồng hành sau khóa học. Một bạn nhỏ đã cười toe toét và khoe với tôi, "Anh ơi, nhờ cái *phao câu* của anh, em đã đạt được điểm 10 đầu tiên trong lịch sử đời em!"

Chốt lại, bí quyết quan trọng để giúp bạn hài hước tự nhiên, đó là:

Thay vì cố gắng "thêm hài hước" bằng những câu bông đùa phổ biến hoặc truyện cười sưu tầm, hãy làm như bạn là một nhà khảo cổ. Hãy kể lại các sự kiện đã xảy ra với bạn, mà nhiều người có thể nghĩ rằng nó rất khó khăn, tiêu cực hoặc đau đớn, bằng những góc nhìn khác biệt và thú vị của bạn bây giờ.

5 Lợi ích của kể chuyện thật

Khi bạn biết cách tạo ra tiếng cười từ những câu chuyện thật như vậy, bạn sẽ có được rất nhiều lợi ích.

1) Bạn tránh được rủi ro khi kể chuyện cười sưu tầm, hoặc những câu bông đùa phổ biến mà mọi người có thể đã biết.

Ấn tượng đầu tiên rất quan trọng, nếu bạn lên sân khấu mà nói những điều ai cũng biết, thì thường sẽ rất khó để duy trì sự chú ý của mọi người sau đó.

2) Câu chuyện cá nhân của bạn luôn là thứ khác biệt và độc đáo nhất, là tấm thẻ "vip" giúp bài nói đi thẳng vào trái tim người nghe.

Hơn nữa, bạn sẽ tự tin hơn khi kể chuyện của mình, vì... đó là chuyện của bạn, chỉ mình bạn mới biết, chỉ mình bạn có thể kể chi tiết.

3) Lúc này, người ta cười hay không, không quan trọng. Điều quan trọng là bạn đạt được mục đích: chia sẻ góc nhìn mới của mình.

Bạn sẽ thoát gánh nặng "phải hài hước" và thoải mái hơn. Bạn càng thoải mái, góc nhìn càng thú vị, việc họ cười càng to chỉ là hệ quả.

4) Câu chuyện chân thật giúp bạn gia tăng kết nối, và cũng dễ phân tích ứng dụng thực tế hơn cho các phần lý thuyết sau đó (nếu có).

Chẳng ai muốn làm "chuột bạch" cả, họ muốn thấy ứng dụng trong thực tế, chứ không phải trong câu chuyện viễn tưởng của bạn.

5) Không chỉ trình bày trên sân khấu hoặc trong trang sách, bạn có thể ứng dụng cho nhiều lĩnh vực khác nhau của cuộc sống.

Ở đâu có sự giao tiếp, có sự kết nối con người, ở đó có cơ hội để bạn kể chuyện. Sự thật là có rất nhiều đơn hàng, nhiều sự hợp tác được chốt là nhờ những câu chuyện.

Một vài ví dụ trong viết lách

Ví dụ #1 - Sách Công Tắc Vàng, tác giả Bùi Châu Đảo

Đây là một học viên trong khóa viết sách của tôi. Trong phần lời mở đầu, chị kể câu chuyện mình phải vào bệnh viện, gặp một cô y tá lạnh lùng nhất thế gian, bắt chị ấy phải tự ra hiệu thuốc mua nước biển để truyền. Chị đã viết:

Tôi không tin nổi vào tai mình nữa. Sao cô ấy có thể đối xử với người sắp chết như vậy chứ? Lỡ như tôi đi ra ngoài rồi có chuyện gì thì sao?

Dù thất vọng tràn trề, nhưng tôi không muốn lên thiên đường người ta hỏi sao mình lên đây, tôi trả lời là: do cãi nhau với y tá.

Thế là, tôi đành quay ngược ra cổng để tới nhà thuốc. Đoạn đường chỉ 30m mà tôi ngỡ nó dài cả cây số...

😊 😃 😆 😄 🤣

Bạn thấy đấy, sự hài hước không đến từ tình tiết cô y tá bắt chị đi mua nước biển, mà đến từ khúc chị ấy phản ứng và chia sẻ những suy nghĩ của mình lúc đó, và suy nghĩ lúc kể lại.

Ví dụ #2 - Sách Phương Trình Hôn Nhân, tác giả Trần Nho Chung

Dù nội dung sách nói về đổ vỡ hôn nhân và cách phục hồi hạnh phúc, nhưng cũng có nhiều câu chuyện được kể lại với góc nhìn hài hước khiến tôi bật cười. Ấn tượng nhất là một câu chuyện ở Phần II, nói về một lần hai vợ chồng anh đã lớn tiếng cãi vã:

Vì quá tức giận nên vợ đã ngay lập tức ném điện thoại của tôi vào tường. Thực sự lúc đó tay chân tôi ngứa ngáy vô cùng, rồi đầu tôi như muốn phát nổ. Tôi không kiềm chế được cảm xúc, và ngay lập tức vớ lấy chiếc điện thoại Iphone của vợ, quăng mạnh xuống sàn.

Sau đó, tôi nhận ra rằng xét về mặt cảm xúc, vợ có thể mạnh mẽ hơn, nhưng còn về cơ tay và lực ném, tôi lại vượt trội hơn cả. Điện thoại vợ tôi bật không lên, và tôi phải là... người đem đi sửa.

Bạn thấy không, lúc kể lại một chuyện đau lòng, mà anh ấy còn phân tích cả mối liên hệ giữa cảm xúc và lực ném của tay. Và còn nhiều ví dụ khác nữa mà trong sách này bạn sẽ được khám phá thêm.

Ví dụ #3 - Sách Kim Cương Hạnh Phúc, tác giả Việt Thùy Giang

Trong cuốn sách này, nhiều câu chuyện đơn giản trong cuộc sống, dưới góc nhìn của tác giả Việt Thùy Giang, đã trở lên "long lanh" như kim cương. Một câu chuyện tôi rất tâm đắc ở Chương 7 - Giọt kim cương:

Rầm!

Tôi đâm sầm vào tấm cửa kính trong suốt một cú đau điếng người. Khi nãy muỗi vào nhà nhiều quá, tôi đã đóng cửa lúc nào mà lại quên mất. Lại nhắc đến bọn muỗi, tôi giận lắm. Không cần mất tiền mà tôi cũng được chúng xăm cho chi chít hoa văn ở hai bắp chân.

Bỗng... nỗi đau trên đầu như một luồng điện giật làm tôi được "thông não": "Thay vì nuôi bọn này, máu mình phải có ý nghĩa hơn chứ nhỉ?"

Thế là tôi quyết định: đi hiến máu thay vì bị... hút máu.

Một câu chuyện mà nếu kể tường thuật đơn giản thì chỉ là: Tôi bị muỗi chích, nên... đi hiến máu, song dưới cách kể của chị, tự nhiên nó trở nên rất sinh động.

Đố bạn, đặc điểm chung của 3 câu chuyện trên là gì?

Đó là cùng một sự kiện khi kể lại, mà bạn đưa ra các suy nghĩ khác biệt, tự nhiên bộ não của mọi người sẽ được kích thích, và dễ dàng tạo ra tiếng cười một cách tự nhiên.

Đây cũng là bí mật của các nhà vô địch thuyết trình. Bí mật này khiến bài nói của họ không chỉ hài hước một cách tự nhiên, mà còn giúp họ truyền tải thông điệp của mình đến khán giả dễ dàng hơn, sâu sắc hơn.

Bạn có thể quét mã QR dưới đây để xem bài diễn thuyết vô địch thuyết trình năm 2013 của Presiyan Vasilev, nơi ông kể lại một trải nghiệm đơn giản với cái lốp xe, nhưng đã thay đổi cuộc đời ông như thế nào.

fususu.com/clip-champion-3

Bạn nên xem trước khi đọc tiếp nhé!

Nếu đã xem clip và để ý, bạn sẽ thấy câu chuyện nếu kể tường thuật thì thật đơn giản phải không nào?

Hôm ấy, lốp bị xịt, ai đó đã giúp tôi nâng lốp, nhờ thế tôi nhận ra: đừng ngại nhờ trợ giúp.

Nếu như vậy thì chắc chắn Presiyan đã không vô địch thuyết trình thế giới, mà có thể vô địch giải chuyên gia nâng lốp nào đó.

Thực hành thay góc nhìn

Hãy thử xem bạn có thể tìm ra góc nhìn tích cực cho các sự kiện phổ biến dưới đây không nhé, sau đó bạn có thể so sánh với ý tưởng của tôi ngay dưới. Càng đọc và thực hành, bạn sẽ càng hiểu và càng thành thục.

1) Nhiều người rất sợ thất bại...

Nhắc tới thất bại ai cũng ái ngại. Vậy bạn có thể có góc nhìn nào thú vị về thất bại?

Fususu: Thất bại giống như một lần vấp ngã, mà vấp ngã, nhiều khi lại là một cách để bạn tiến về phía trước nhanh hơn (sau này, cuốn sách bạn xuất bản cũng sẽ có thể dày hơn).

2) Chẳng ai thích những lời chê bai...

Đặc biệt là những lời nói xấu sau lưng. Bạn có thể có góc nhìn nào thú vị?

Fususu: Khi ai đó nói xấu sau lưng. Có nghĩa là họ đang... ở phía sau bạn. Hãy cảm ơn họ, vì nhờ họ sau lưng, bạn dễ dàng tiến lên phía trước mà không bị tắc đường! (hoặc bạn có thể coi họ là những tấm "gương chiếu hậu", giúp bạn nhìn ra những điểm mà mình cần cải thiện).

3) *Cảm giác của bạn thế nào khi bị thất nghiệp?*

Bạn có thể có góc nhìn nào thú vị đối với tình huống không mong muốn này?

Fususu: Đôi khi, thất nghiệp lại chính là thời điểm tốt nhất để bạn... khởi nghiệp. Vì khi đó, bạn chẳng còn gì mất nữa. Và biết đâu đó sẽ là lần cuối cùng bạn thất nghiệp, và trở thành CEO của riêng mình?

4) *Chẳng ai thích những ký ức buồn đau...*

Nhưng nếu chúng có một ý nghĩa tích cực nào đó, thì đó có thể là gì?

Fususu: Nếu ai sinh ra cũng hạnh phúc giống hệt nhau thì nhàm chán quá, nên mỗi nỗi đau là một tài sản, và biết đâu có thể trở thành một chương tiểu thuyết tuyệt vời, thậm chí lên phim sau này?

5) Bạn đã từng thất tình chưa?

Mỗi lần nhớ lại, là cảm giác con tim nhói đau đúng không? Hài hước kiểu gì đây?

Fususu: Như nhiều người, tôi từng bị thất tình. Mỗi lần nghĩ tới những kỷ niệm đó là con tim tôi lại nhói đau, nhưng tôi vẫn phải cười thôi, vì tôi không muốn chết vì đau tim...

6) Bạn mắc một căn bệnh nào đó?

Thật là bực bội, đang bình thường lại mắc bệnh, lại phải đi bệnh viện....

Fususu: Đó có thể là cơ hội "du lịch" miễn phí đến bệnh viện, biết đâu được gặp y bác sĩ "soái ca, nữ thần" nào đó? Đây cũng có thể là "lời chúc phúc bí mật" từ vũ trụ, giúp bạn "tăng level" thích nghi, "nâng cấp" hệ thống miễn dịch thì sao?

7) Bị kẹt xe

Một tình huống rất phổ biến phải không nào? Nếu không muốn bực bội thì bạn sẽ nghĩ gì đây?

Fususu: Đây có thể là "cơ hội ngàn vàng" để bạn "khai quật" những tài năng tiềm ẩn của bản thân, như: hát opera, sáng tác nhạc, hay viết kịch bản phim. Biết đâu bạn sẽ tìm ra những ý tưởng đột phá để trở thành "ngôi sao" trên "sân khấu" kẹt xe!

Sự khác biệt với hài độc thoại

Đã bao giờ bạn xem các chương trình hài độc thoại (stand-up comedy) chưa?

Đây là một thể loại hài kịch[3] mà trong đó một nghệ sĩ thường nói chuyện trực tiếp với khán giả. Họ có thể pha trò, kể chuyện cười, thậm chí làm ảo thuật, ca hát, v.v... để giúp khán giả giải trí, thư giãn.

Ở Việt Nam cũng có các diễn viên hài độc thoại, với những clip gây cười hàng triệu lượt xem. Tôi cũng đã từng xem và cười chảy nước mắt. Tuy nhiên, cùng một kết quả là tạo ra tiếng cười, nhưng có một sự khác biệt lớn giữa các nhà vô địch diễn thuyết, với các diễn viên hài độc thoại.

---

[3] https://vi.wikipedia.org/wiki/H%C3%A0i_%C4%91%E1%BB%99c_tho%E1%BA%A1i

Xem một chương trình hài độc thoại, người ta có thể cười không ngớt cả tiếng đồng hồ, nhưng sau đó thường không ấn tượng thông điệp nào cụ thể. Vì mục đích của các diễn viên hài độc thoại là khiến khán giả cười, và mục đích của người xem là để giải trí.

Với các nhà vô địch diễn thuyết, thì mục tiêu quan trọng nhất của họ là truyền tải thông điệp. Tiếng cười chỉ là phương tiện giúp thông điệp đó ấn tượng hơn. Dù khán giả cười hay không, không quan trọng với họ, miễn là thông điệp đã được truyền tải tới đích.

Tóm lại, với hài độc thoại thì tiếng cười là mục đích, còn với thuyết trình hài hước thì tiếng cười là phương tiện.

Bạn cũng có thể hiểu đơn giản: một bên là cười để quên, một bên là cười để nhớ.

Hài độc thoại giúp bạn cười để quên đi phiền não, và cũng quên luôn... tại sao mình lại cười. Nhà vô địch khiến bạn cười để nhớ những thông điệp, nhớ những bài học để áp dụng, và thay đổi.

Vậy làm sao để bạn tạo ra những bài nói chuyện hài hước tự nhiên, giúp khán giả hào hứng và nhớ mãi thông điệp?

Hãy cùng lật trang để khám phá một bí mật quan trọng nhất mà tôi học hỏi được từ các nhà vô địch thuyết trình thế giới.

BÍ QUYẾT #2
KHAI QUẬT HÀI HƯỚC

Craig Valentine—thầy tôi, cũng là nhà vô địch diễn thuyết thế giới năm 1999—từng nói một câu mà tôi rất thích:

"Don't add humor, uncover it!"

Tạm dịch:

"Đừng thêm hài hước, hãy khai quật nó!"

Bạn đã từng trải qua một sự cố nào đó mà giờ nghĩ lại, bạn thấy buồn cười?

Nếu quét mã QR bên dưới, bạn sẽ thấy bài thuyết trình của tôi về lần đầu bị chó cắn. Bài nói đã mang lại nhiều tiếng cười cho khán giả, và giúp tôi đạt giải nhất cuộc thi diễn thuyết Toastmasters khu vực 5 nước Đông Nam Á.

Lưu ý: Nếu bạn chưa biết, Leo Rowan là bút danh quốc tế của tôi khi viết Blog tiếng Anh.

leorowan.com/qrhumor3

Nếu đã xem clip, bạn sẽ nhận ra một thực tế: Những tiếng cười vốn đã có thể xuất hiện đâu đó trong trải nghiệm của bạn. Tuy nhiên, lúc ấy có thể bạn đang mải "đóng vai" nhân vật chính với những cảm xúc lẫn lộn, nên đã không thể cười nổi.

Bây giờ, nghĩ lại kỷ niệm chó cắn đó và kể lại cho bạn tôi mới thấy buồn cười. Chứ bạn tưởng tượng lúc bị chó cắn xong mà tôi lăn ra cười ha hả, người ta sẽ mang tôi đi đâu? 😄

Mỏ vàng hài hước ở đâu?

Có thể bạn nghĩ sự hài hước thường đến từ những tình huống bất ngờ trong cuộc sống, chẳng hạn:

1) Ai đó vô tình phát âm sai một từ, dẫn đến sự hiểu lầm, làm mọi người cười

Tôi còn nhớ mãi một Trainer hồi đó ở công ty, trong một buổi thuyết trình với các vị phụ huynh. Thay vì nói, "Với hơn 10 năm kinh nghiệm..." anh ấy líu lưỡi thế nào mà nói lộn thành, "Với hơn 10 năm kinh nguyệt..."

Khán giả đã cười chảy nước mắt, tôi ngồi bấm slide cho anh ấy cũng cười không nhặt được mồm, suýt quên luôn chỉnh slide tiếp theo.

2) Ai đó cố gắng làm gì đó nhưng không thành.

Ví dụ, tôi từng xem một clip trên Facebook, người cha thấy con mình bị trượt chân ngã xuống sàn. Ngay lập tức ông lao tới giúp bé, nhưng cũng bị trượt chân và va chạm vào đứa bé, khiến nó lướt như bay trên sàn. Clip được rất nhiều lượt chia sẻ, kèm biểu tượng ha ha.

3) Ai đó gặp phải tình huống trớ trêu vì sự ngớ ngẩn của mình

Ví dụ, ai đó cố gắng đậu xe ô tô vào một chỗ quá chật, sau một hồi loay hoay họ cũng làm được, và cảm thấy mình giống như siêu nhân. Sau đó, họ phát hiện ra vì chỗ đó quá chật nên không thể nào mở được cửa xe. Muốn thoát ra, họ phải lùi xe trở lại và cuối cùng đành tìm chỗ đậu khác.

4) Ai đó kể lại một ý tưởng ngô nghê

Tác giả Việt Thùy Giang, một học viên tích cực trong khóa viết sách của tôi, từng kể:

"Ngày bé, trò bị điện giật nhưng giấu không cho mẹ biết. Bình thường, không bao giờ uống sữa nhưng hôm đó lại đòi uống sữa Ông Thọ, vì nghĩ nó sẽ làm mình sống thọ, và sẽ không bị chết sau cú điện giật."

5) Tình huống chẳng ai nghĩ nó có thể xảy ra

Chẳng hạn, một câu chuyện có thật, đến từ một người chị tôi quen:

Tối hôm ấy đi làm về, lúc ra bãi xe, chị loay hoay mãi mà không tài nào mở được khóa xe. Chị gọi điện cho đồng nghiệp xin số cứu hộ xe máy, rồi lên văn phòng ngồi chờ cho mát.

Lúc sau, thợ sửa xe tới thì bảo vệ không cho vào, thế là chị phải dắt xe ra ngoài để sửa. Đến lúc thợ chuẩn bị phá khóa, chị mới phát hiện ra lúc nãy, mình đã tra nhầm chìa khóa vào xe bên cạnh.

Do hai xe cùng loại, để cạnh nhau, chỉ khác biển số. May mà kịp nhận ra trước khi phá tanh bành xe nhà người ta!

Và còn nhiều tình huống bất ngờ khác, thường đem lại tiếng cười trong cuộc sống. Tuy nhiên, nếu chỉ có thế thì những nhà vô địch thuyết trình hài hước, hay các cây hài độc thoại, sẽ suốt ngày cầu trời:

"Xin hãy cho con một tình huống bất ngờ hôm nay, càng oái oăm càng tốt!"

Thật ra, có một nơi giúp bạn dễ dàng khai quật sự hài hước hơn cả, mà không phải đặt mình vào những tình huống tréo ngoe. Đó là những câu thoại, suy nghĩ của nhân vật, thậm chí chính suy nghĩ (có thể có) của khán giả cũng sẽ trở thành mỏ vàng tiếng cười.

Chẳng hạn, nếu xem clip bài nói chó cắn của tôi, bạn sẽ thấy tôi đã nhiều lần khai quật hài hước từ suy nghĩ của bản thân:

Giống bao đứa trẻ khác, tôi ước mơ trở thành siêu anh hùng. Nhưng điều gì xảy ra nếu con chó đó bị dại, và biến tôi thành siêu zombie?

Một con nhện đã cắn vào cổ Peter, giúp anh trở thành người nhện. Tôi bị một con chó cắn vào mông, tôi sẽ có siêu năng lực nào đây?

Trên chiếc xe Honda màu đỏ, bố đã đưa tôi tới một nơi nguy hiểm nhất thế gian: Cửa hàng thú cưng.

Nhìn mặt bắt tâm tư

Một trong những nơi hay xuất hiện tiếng cười nhiều nhất, chính là những câu thoại của nhân vật trong chuyện.

Thế nên, nếu bạn thấy câu chuyện mình kể đang bị tẻ nhạt, thì có thể do bạn đã kể theo lối tường thuật. Bạn đã bỏ qua những lời thoại hay ho của nhân vật, hoặc là những suy nghĩ thú vị có thể có của họ.

Thế nào là kể tường thuật?

Đơn giản là bạn tập trung vào tình tiết chính:

Ngày hôm đó, một con chó đã cắn tôi. Từ đó, tôi rất sợ chó. Bố đã mua cho tôi một con chó nhỏ giúp tôi hết sợ.

Hết chuyện!

Thế nào là kể sinh động?

Là bạn làm sống lại câu chuyện như tôi đã làm trong clip, giúp mọi người như được xem một bộ phim, và nhận ra điều gì đó thú vị.

Đừng lo, khi kể chuyện thật, không có nghĩa là bạn phải tường thuật chi tiết mọi thứ tẻ nhạt đã diễn ra.

Bạn là đạo diễn câu chuyện, bạn có thể đưa những **suy nghĩ mới** (và hài hước) của mình ở thời điểm hiện tại vào những tình huống tẻ nhạt đã từng diễn ra.

Đây là một kỹ thuật độc đáo tôi hay dùng để nói lên suy nghĩ (có thể có) của nhân vật, và làm bài nói trở nên sinh động.

Tôi đặt tên cho nó là: Nhìn mặt, bắt tâm tư.

Bạn còn nhớ các chi tiết này trong bài nói lần đầu chó cắn của tôi chứ?

*Con chó nhỏ nhìn tôi **như muốn nói**: Cách vượt qua nỗi sợ tốt hơn cả, là làm bạn với nó...*

Hoặc tình tiết khán giả cười to nhất.

Con chó đen nhảy xổ ra, "Gâu, tại sao các người tới đây?"

Tôi rất hoảng sợ, nhưng Rin (chú chó nhỏ của tôi) rất dũng cảm.

Nó nói, "Gâu! Tại sao không?"

Bạn thấy đấy, tất cả chỉ là suy nghĩ, góc nhìn mới, nằm trong trí tưởng tượng của tôi, dựa trên một thực tế lúc đó là hai con chó có sự đối đầu với nhau.

Và mọi người cười là vì cách tôi kể lại, rồi vì sự suy diễn của tôi, chứ không phải vì nội dung câu chuyện thực tế (vốn khá tẻ nhạt).

Hãy nhớ: Bạn không cần khiến ai cười, mà chỉ cần đưa ra góc nhìn khác biệt và thú vị. Khi bạn có thể vui vẻ với câu chuyện của chính mình, thì tiếng cười của mọi người chỉ là hệ quả.

Thậm chí, bạn có thể đưa suy nghĩ hiện tại của mình bây giờ, để nhận xét về chính bản thân mình hồi đó.

Chẳng hạn, nếu kể lại câu chuyện chó cắn bên trên trong một bài thuyết trình khác với chủ đề "tinh thần đồng đội", thì sau đoạn bị chó cắn, tôi có thể kể thế này:

"Hồi đó mà biết về sức mạnh của tinh thần đồng đội, thì có thể ngay ngày hôm sau, tôi sẽ gọi hội bạn ra xử lý con chó kia, chắc nỗi sợ sẽ tan biến ngay lập tức..."

Nếu đọc nhiều sách của Fususu, bạn sẽ thấy câu chuyện chó cắn này của tôi cũng hay xuất hiện, với nhiều thông điệp khác nhau. Chứ không nhất thiết khi thực hiện một bài thuyết trình khác, hoặc viết một cuốn sách khác, tôi lại... đi tìm những chú chó mới.

Khi áp dụng bí quyết này, bạn có thể khai thác sự hài hước nhiều lần trên một câu chuyện thực tế đã xảy ra.

Tuyệt chiêu này sẽ tiết kiệm cho bạn rất nhiều nguồn lực, phải không nào?

Các học viên khóa viết sách của tôi cũng hay ứng dụng các kỹ thuật "khai quật hài hước" cho sách của họ. Bạn còn nhớ tác giả Trần Nho Chung và bàn tay cơ bắp với khả năng "hóa kiếp" cho điện thoại ở bí quyết #1 chứ?

Hãy xem anh ấy khai quật hài hước ở khúc chuyện mình đi sửa điện thoại như thế nào nhé:

Tôi vẫn nhớ vẻ mặt thất thần của cậu thợ sửa điện thoại hôm đó. Cậu ta nói, "Ồ, sao cái điện thoại này lại hồn bay phách tán thế anh?"

"Anh hóa kiếp cho nó đấy!" Tôi lý giải.

Từ thất thần, vẻ mặt cậu ta chuyển sang kinh hãi với ánh mắt dò xét nhìn tôi, rồi lại nhìn cái điện thoại, như thể đó là "ca bệnh" nặng nhất từ trước tới nay, với nguyên nhân vẫn còn là dấu hỏi.

Lúc đó, tôi bỗng nhớ lại pha ngẫu hứng ngứa tay ngứa chân mấy hôm trước mà thấy bi hài quá. Đúng là tác động vật lý mạnh bao nhiêu thì sau đó tác động lên tim cũng mạnh bấy nhiêu. Tôi đau tim khi hình dung sắp phải trả một khoản tiền lớn để sửa cái điện thoại đó.

May quá bạn ạ, cuối cùng tôi đã không phải sửa nó.

Cậu thợ đã thông báo "bệnh nhân điện thoại" mắc bệnh nan y không qua khỏi.

Tôi nói mình may ở đây là chuyện khác cơ...

Bạn thấy đấy, thay vì kể tường thuật "tôi đã đem điện thoại đi sửa, và anh thợ lắc đầu báo nó đã hỏng hoàn toàn", anh ấy đã cho chúng ta xem một bộ phim sống động.

7 Cú pháp vàng khai quật hài hước

Để giúp bạn dễ áp dụng hơn, tôi đã tổng kết lại các mẫu câu vàng giúp bạn khai quật kho báu tiếng cười trong những tình huống từng xảy ra, và có thể kể lại nó một cách hài hước tự nhiên.

1) [**Ai đó**] nhìn tôi với ánh mắt (hoặc vẻ mặt) như muốn nói, "[**điều gì đó bất ngờ**]."

2) Điều gì xảy ra (hoặc bạn nghĩ sao) nếu... [**một tình huống giả định thú vị**]

3) Có thể bạn nghĩ... [**một suy nghĩ nào đó thú vị mà độc giả/khán giả có thể có**]

4) Giờ nghĩ lại, tôi thấy... [**một góc nhìn hài hước nào đấy**]

5) Nếu hồi đó mà biết... [**về một thứ gì đó**], thì tôi đã... [**một ý tưởng hài hước**]

6) Cảm giác đó giống như là... [**một so sánh liên tưởng thú vị**]

7) Nếu [**thứ gì đó**] biết nói, thì có thể là [**một câu thoại thú vị**]

Câu chuyện: Sức mạnh tri thức

Đây là một câu chuyện tôi rất hay kể trong các cuốn sách hoặc khóa học chủ đề viết sách, để nói về những nỗi đau đằng sau những thành công của mình.

Khi còn là sinh viên, sau khi đọc cuốn sách Thay Thái Độ Đổi Cuộc Đời của Jeff Keller, tôi cảm thấy rất phấn khích. Tôi muốn trở thành một tác giả để có thể truyền cảm hứng cho người khác, ngay cả khi tôi đang... ngủ.

Nếu bạn ở đó, trong một hiệu sách cũ, bạn sẽ thấy tri thức không chỉ là sức mạnh, mà còn là sức nặng. Tôi đang bê một chồng sách to bự.

Người bán hàng mỉm cười rất tươi, nhìn tôi như muốn nói, "Cậu định mở thư viện hay mua sách về để tập tạ vậy?"

Vâng, tôi đã mua hơn 10 cân sách phát triển bản thân đủ thể loại, và tôi đã tìm ra một bí mật: Một cuốn sách trung bình có khoảng 30.000 từ.

Tuyệt vời!

Vậy là chỉ cần viết 1.000 từ mỗi ngày, và ước mơ trở thành tác giả của tôi sẽ thành hiện thực!

Tôi rất phấn khích!

Ngày đầu tiên, tôi viết 1.000 từ...

Ngày thứ hai, 900...

Và 5 năm sau... tôi đã hoàn thành phần giới thiệu...

Bạn thấy đấy, nếu kể tường thuật thì đơn giản chỉ là:

Hồi đó, tôi ước mơ viết sách. Tôi mua rất nhiều sách và nhận ra: một cuốn sách khoảng 30.000 chữ, vậy mỗi ngày tôi chỉ cần viết 1.000 chữ thì 30 ngày sẽ xong, nhưng tôi đã thất bại.

Còn khi kể sinh động, tôi đã cho độc giả thấy được những gì tôi từng thấy (cuốn sách của Jeff Keller), rồi nghe được những suy nghĩ của tôi (về việc tạo ra cuốn sách truyền cảm hứng cho người khác khi mình đang... ngủ), rồi cảm nhận được sự quyết tâm của tôi khi bắt tay vào viết. Chưa kể, bạn có nhận ra tôi đã "nhìn mặt bắt tâm tư" người bán sách không?

3 bước khai quật hài hước

Vậy là bạn đã nắm được một bí mật lớn của các nhà vô địch thuyết trình, giúp bài nói của họ trở nên hài hước tự nhiên:

Sự hài hước có thể đến từ các tình huống bất ngờ trong cuộc sống, nhưng nếu phụ thuộc vào sự "hên xui" của chúng, thì kết quả của bạn cũng rất... hên xui. Thế nên, các nhà vô địch đã khai thác những góc nhìn thú vị khi kể lại các trải nghiệm của mình.

Và bí quyết để khai quật sự hài hước từ bất cứ câu chuyện nào, có thể tóm lại trong 3 bước:

Bước 1) Viết chi tiết theo T.N.T

Bạn viết lại câu chuyện của mình càng chi tiết càng tốt, đảm bảo đầy đủ các yếu tố T.N.T: Thấy, Nghe, Trải.

- Bạn đã Thấy những gì?
- Bạn đã Nghe được gì?

- Bạn đã Trải qua cảm xúc nào?

Giống như một tấm bản đồ, bạn càng viết lại rõ ràng chi tiết, bạn sẽ càng tìm thấy cơ hội để khai quật tiếng cười ở từng chi tiết.

Bước 2) Áp dụng các cú pháp vàng

Việc mới nghĩ lại, hoặc kể câu chuyện một lần có thể chưa cho bạn ý tưởng, nhưng sẽ rất khác nếu bạn đọc đi đọc lại nhiều lần.

Bản thân câu chuyện của tôi, hay các tác giả được tôi huấn luyện, thường rà đi rà lại, viết đi viết lại cuốn sách của mình ít nhất 10 lần, thậm chí có người tới 15, 20 lần. Làm vậy, bạn mới có thể "khai quật" được những chi tiết "đắt giá" mà trước đó có thể đã bị bỏ qua.

Hãy đọc đi đọc lại câu chuyện đó nhiều lần, và thử áp dụng lần lượt từng cú pháp vào mỗi đoạn trong chuyện của bạn xem sao.

Bước 3) Thử kể lại, chia sẻ cho ai đó

Nếu họ đã cười thì tốt, bạn đào trúng mạch vàng rồi. Nếu không cười thì cũng không sao, bạn vẫn an toàn, vì theo cách này, mục đích chính của bạn không phải để họ cười, mà để chia sẻ góc nhìn thú vị của bạn, và tiếng cười chỉ là hệ quả.

Quan trọng là sau đó, bạn rút kinh nghiệm cho lần kể tới, để câu chuyện của bạn ngày càng hay hơn, hài hước hơn.

Kể ở đâu bây giờ?

Sẽ thật là rủi ro, nếu bạn đem những câu chuyện chưa từng kể lên một sân khấu lớn, thậm chí người ta đã trả tiền để được nghe bạn nói phải không nào?

Thế nên, bạn cần một môi trường an toàn để luyện tập. Bạn có thể tìm tới các câu lạc bộ hài độc thoại, còn cá nhân tôi thì thích tham gia Toastmasters. Vì đó là môi trường rèn luyện tích cực, nơi bạn có thể nhận phản hồi, góp ý dể giúp mình tiến bộ mau chóng.

Đặc biệt, vì có tính quốc tế nên bạn có thể tham gia ở bất cứ đâu, và hàng năm đều có các sự kiện, các cuộc thi với quy mô toàn cầu để bạn có thể thử sức mình.

Bạn có thể quét mã QR bên dưới để tìm hiểu thêm về Toastmasters. Hiện Việt Nam có khá nhiều các CLB Toastmasters, tiếng Anh hay tiếng Việt, online hay offline đều đã có.

ToastmastersVN.com

Nếu không ngại, bạn có thể thử viết lại câu chuyện đó, đăng lên Facebook cá nhân, xem có ai Haha không. Còn an toàn, nhanh lẹ hơn cả, là bạn gia nhập nhóm Facebook kết nối độc giả Anyone Can Write ở cuối sách, nơi mọi người luyện tập khả năng viết lách.

Còn dưới đây là một câu chuyện tôi từng kể trong một sự kiện ở Toastmasters, vừa đem lại tiếng cười, vừa giúp tôi mở màn chương trình hôm đó thành công tốt đẹp. Bạn hãy thử đọc, và để ý xem tôi đã khai quật hài hước ở đâu nhé.

Câu chuyện: Tôi ước gì

Đã bao giờ bạn cố gắng gây ấn tượng với ai đó chưa? Họ có ấn tượng với bạn không? Hay đó là lần cuối bạn gặp họ?

(Khán giả cười)

Tôi vẫn còn nhớ mãi ngày mình mới nhập học lớp 10, ngồi bàn trên là một cô bé với chiếc răng khểnh cực dễ thương.

Bạn biết tôi ước gì không?

Được đi chơi? Nắm tay?

Nói thật với bạn, lúc đấy tôi chỉ được cái... đẹp trai. Còn thứ quan trọng nhất lại không có là... chai mặt.

(khán giả cười)

Môt lần nọ, tôi thấy cô ấy ngồi một mình, tôi muốn bắt chuyện, nhưng nghĩ mãi, "Mình phải nói gì cho ấn tượng?"

Trong khi tôi đang mải nghĩ, một thanh niên đầu đinh xuất hiện, tới hỏi cô ấy một câu hỏi đơn giản, "Sao cậu buồn thế?"

Ngày ngày đến lớp, nhìn hai người ấy cười nói vui vẻ... Bạn biết cái cảm giác đó chứ?

Tôi nhận ra đẹp trai chẳng giải quyết được vấn đề, nên tôi cố gắng học thật giỏi... Tôi cày như trâu, và đạt điểm cao nhất lớp kỳ ấy, ai cũng rất ấn tượng về tôi.

Chỉ có một vấn đề, là cô ấy đã chuyển lớp...

(khán giả cười)

Tôi đã mất đi cơ hội mãi mãi...

Đã bao giờ bạn nuối tiếc như vậy chưa?

Nhưng ông trời thường thương người đẹp trai...

Hơn 10 năm sau... Điều kỳ diệu xảy ra...

Khi lướt Facebook, tôi tình cờ nhìn thấy ảnh cô ấy, cười rất tươi, và... răng còn nguyên. Chỉ có điều, đứng cạnh cô ấy là thanh niên đầu đinh khi xưa, hai người tay trong tay... một lễ cưới hoành tráng.

Đó là một kỷ niệm buồn, nhưng để lại trong tôi bài học vô giá...

Nhiều khi, điều quan trọng không phải là bạn tài giỏi đến đâu, hay đẹp đẽ thế nào, mà là bạn có dám hành động hay không.

Một ngày hè tháng 6/2022, trong một sự kiện Toastmasters. Nếu đứng đó cùng tôi, bạn sẽ thấy một phụ nữ rất dễ thương, có ánh mắt biết cười...

Và bạn nghĩ tôi sẽ ước gì?

(khán giả bắt đầu nói)

Tôi chẳng ước gì cả.

(khán giả cười)

Tôi cứ thế hành động thôi.

Và giờ đây, người phụ nữ có ánh mắt biết cười ấy, đã trở thành người vợ tuyệt vời của tôi.

(khán giả vỗ tay)

Bạn thấy đấy...

Hầu hết mọi người đều ngại hành động, nên đôi khi cách để bạn trở nên ấn tượng đó là cứ hành động!

Đọc tới đây, bạn đã nắm được một sai lầm lớn nhất trong hài hước, cũng như nguyên lý quan trọng nhất của hài hước tự nhiên. Phần sau là một nguyên lý, ẩn đằng sau rất nhiều những câu chuyện cười, hoặc các bài nói chuyện hài hước.

BÍ QUYẾT #3
CÀI–CÀI–KÍCH

Có bao giờ bạn đọc truyện cười và tự hỏi tại sao mình lại cười không?

Đặc biệt, cách để tạo ra chúng là gì?

Đây là công thức 3 bước kinh điển, được sử dụng trong truyện cười. Các cây hài độc thoại từ nghiệp dư cho tới chuyên nghiệp cũng sử dụng chúng để tạo ra những tràng cười như pháo nổ trên sân khấu.

Cài—cài—kích là gì?

Hãy đọc các câu chuyện dưới đây, thử xem bạn có đoán được ra không nhé.

Câu chuyện #1: Ba điều ước

Có ba anh bạn thân bị mắc kẹt trên hoang đảo. Sau nhiều ngày, họ tìm thấy chiếc đèn ma thuật, một vị thần hiện ra và nói sẽ ban cho họ ba điều ước.

Chàng thứ nhất nói, "Tôi ước mình được về nhà ngay lập tức!"

Thần đèn búng tay, anh ta biến mất.

Chàng thứ hai thấy thế sung sướng quá, nói luôn, "Tôi cũng ước vậy!"

Thần đèn búng tay, anh ta biến mất.

Chàng thứ ba, mặt buồn rười rượi, anh ta nói. "Ở đây cô đơn quá, tôi ước bạn bè mình quay lại."

Câu chuyện #2: Con vịt thích nho

Một con vịt bước vào một cửa hàng và hỏi, "Này chủ quán, ngài có nho không?"

Chủ quán nói, "Không, xin lỗi, cửa hàng tôi không có nho."

Ngày hôm sau, con vịt đó quay lại và hỏi: "Này chủ quán, ngài có nho không?"

"Không!" ông chủ nói, mặt hầm hầm. "Nếu ngày mai cậu mà tới đây hỏi tiếp nho, tôi sẽ đóng đinh mỏ cậu xuống sàn đấy!"

Ngày hôm sau, con vịt quay lại và hỏi: "Này chủ quán, ngài có đinh không?"

Chủ quán nói, "Không."

Con vịt hỏi, "Vậy ngài có nho không?"

Tôi đã từng kể hai câu chuyện trên cho các học viên trong khóa huấn luyện viết sách của mình. Họ đã cười ngặt nghẽo.

Vậy Cài—cài—kích chính xác là gì, bạn đã đoán ra chưa?

Đây là một công thức gây bất ngờ dựa trên một nguyên tắc vận hành của bộ não là tự động suy đoán, điền vào chỗ trống với các sự kiện cho trước.

Ở câu chuyện ba điều ước, anh đầu tiên ước trở về nhà, bộ não thấy đó là điều đương nhiên (cài lần một). Sau đó, anh thứ hai cũng ước về nhà, bộ não lại càng tin rằng đó là điều đương nhiên (cài lần hai).

Anh thứ ba, do bị cài trước đó, bộ não sẽ có xu hướng nghĩ rằng chắc anh này cũng ước về nhà thôi và khi anh ta nói ra điều ước đó, thì bộ não bị bất ngờ (kích), thế là cười. Hoặc cũng có trường hợp bộ não nghĩ chắc anh này sẽ ước điều gì đó khác biệt, nhưng không nghĩ được rằng sẽ anh ta ước điều ước ngớ ngẩn như thế (kích mạnh).

Tương tự, ở câu chuyện con vịt thích nho, lần thứ nhất con vịt hỏi có nho không, bộ não bị cài lần một. Sang lần hai nó hỏi có nho không, và bị ông chủ nạt, hầu hết mọi người sẽ nghĩ tới lần thứ ba nó sẽ phải hỏi khác (bộ não tiếp tục bị cài).

Lần thứ ba, nó đã hỏi khác thật (bộ não không ngạc nhiên), nhưng ngay sau khi nó quay trở về câu hỏi cũ một cách thông minh để đạt mục tiêu. Thế là bộ não đã bị kích thích mạnh mẽ, tạo ra tiếng cười.

Câu chuyện giá trị thời gian

Bạn đã được thấy Cài-Cài-Kích trong chuyện cười. Thế còn trong các tình huống thực tế thì sao?

Còn nhớ sáng chủ nhật đẹp trời ngày 21/7/2024, tôi và vợ tới tham gia một buổi sinh hoạt tại câu lạc bộ Đà Nẵng Xplorers Toastmasters (DNX). Do một bạn xin nghỉ, nên tôi đã được nhờ làm vai trò Timer, người kiểm soát thời gian.

Nếu bạn chưa biết, thì nhiệm vụ của Timer là ghi chép lại thời gian mà những người nói sử dụng. Nếu họ vượt quá thời gian quy định (dù chỉ vài giây) thì sẽ đều không được vào vòng bình chọn, và đánh mất cơ hội giật giải thưởng người nói được yêu thích nhất. Thông thường khi tới phần báo cáo, các Timer sẽ chỉ đứng dậy và nói một cách khá khô khan:

Bạn A dùng 1 phút 30 giây, bạn B là 2 phút 29 giây, bạn C là 2 phút 33 giây, v.v... và theo đó bạn C không được vào vòng bình chọn...

Bản thân tôi cũng từng có nhiều bài nói hay, nhưng vì quá thời gian mà đã không được vào vòng bình chọn, tôi hiểu cảm giác đó buồn như thế nào. Do đó, khi tới phần báo cáo thời gian mà thấy có hai bạn bị lỡ mất vài giây như vậy, tôi đã làm như sau:

Tôi đứng dậy và nói, "Nếu bạn muốn biết giá trị của 1 giờ, hãy hỏi những người đang yêu..."

(mọi người gật gù)

"Nếu bạn muốn biết giá trị của 1 phút, hãy hỏi những người mới lỡ chuyến bay của họ..."

(mọi người gật gù tiếp)

"Nếu bạn muốn biết giá trị của 1 giây, hãy hỏi hai người nói quá giờ của chúng ta hôm nay..."

(mọi người cười phá lên)

Sau đó, tôi thông báo thời gian chính xác họ đã sử dụng. Tôi tin rằng khi làm vậy, thì mọi người vừa có những giây phút sảng khoái, và người nói cũng cảm thấy được an ủi. Vì dù không được vào vòng bình chọn, họ vẫn giúp mọi người nhận ra giá trị của thời gian, và rút ra bài học là cố gắng nói ngắn gọn hơn để không bị quá giờ, dù chỉ vài giây.

Tại sao mọi người cười?

Cài: Tôi nhắc tới giá trị của 1 giờ bằng cách gợi ý mọi người nghĩ đến khoảng thời gian chờ đợi, đặc biệt là những người đang yêu. Lúc này bộ não bị cài rằng những người được hỏi, sẽ phải là ai đó ngoài kia, những người quan trọng.

Cài: Tôi nhắc lại ý trên, lần này là 1 phút, và nói tới những người mới lỡ chuyến bay hoặc chuyến xe của họ. Tương tự, bộ não bị cài tiếp, người được hỏi phải là ai đó ngoài kia, những người rất nghiêm túc.

Kích: Đó là lý do ở lần thứ ba, khi tôi nói về giá trị của 1 giây, mọi người trong phòng sẽ nghĩ về ai đó hoành tráng như các vận động viên chạy đua nước rút chẳng hạn, chứ chẳng ai nghĩ về những người đã nói quá giờ vài giây trong phần thuyết trình vừa rồi.

Bản chất Cài—cài—kích

Để áp dụng Cài—cài—kích, bạn hãy hiểu bản chất của công thức này:

Cài: Bạn đưa ra một thông tin A theo chiều hướng X.

Ví dụ, "Bạn tự hào nhất điều gì? Tôi từng đặt mục tiêu trở thành diễn giả, và giờ, tôi đã có hơn 2000 giờ diễn thuyết..."

Cài: Bạn tiếp tục đưa ra một thông tin B theo chiều hướng X, để bộ não tin rằng thông tin tiếp theo cũng sẽ theo hướng X.

"Tôi từng đặt mục tiêu trở thành tác giả, và tới giờ, tôi đã xuất bản hơn 10 cuốn sách..."

Kích: Bạn đưa ra thông tin D, theo chiều hướng Y, trái ngược với X.

"Tôi từng đặt mục tiêu giảm cân, và hiện tại, tôi vẫn vậy..."

Đơn giản thế đấy, nên công thức này cũng có một tên gọi khác là A + B = D (chứ không phải A + B = C)

Lưu ý: Hiệu ứng gây cười sẽ giảm, nếu như bạn lạm dụng công thức này quá nhiều lần một lúc, hoặc nếu bạn kể quá chậm, bộ não người nghe kịp đoán trước điều gì sẽ xảy ra.

Do vậy, nếu áp dụng, thì bạn cần cài cắm một cách khéo léo, để bộ não của mọi người khó có thể đoán được phần kích sẽ thế nào. Đồng thời, bạn cần có sự luyện tập trước, để có thể kể một cách trôi chảy, với vẻ mặt... càng nghiêm túc càng tốt, thì thường mới đạt hiệu quả cao nhất.

Luyện tập Cài--cài--kích

Thực ra, đây là công thức rất phổ biến, đặc biệt là trong truyện cười và các chương trình hài độc thoại. Khi bạn nắm được công thức này, bạn cũng sẽ dễ dàng khai quật hài hước từ những tình huống trong cuộc sống của chính mình hơn.

Cách để luyện tập hiệu quả nhất công thức này là thông qua "bắt chước". Nhiều người thường đọc truyện cười, hoặc xem các chương trình hài duy nhất một lần với mục đích giải trí. Nếu bạn muốn nâng cao kỹ năng hài hước của mình, bạn hãy xem lại chúng nhiều lần, rồi tự hỏi bản thân:

★ Mình đã bị "cài" lần đầu ở chỗ nào?

★ Mình tiếp tục bị "cài" lần hai thế nào?

★ Mình bị "kích" ở chỗ nào? (thường là câu nói đã gây cười).

Ngay bây giờ, hãy cùng thực hành nhé!

Tập phát hiện "cài" và "kích"

Dưới đây là tuyển tập một số câu chuyện cười tôi yêu thích, ở lần đầu tiên bạn hãy cứ thưởng thức, sau đó hãy đọc lại và cố gắng phát hiện các yếu tố cài kích.

1) Đứa con xấu xí

Một phụ nữ cùng với đứa con của mình bước lên xe bus. Tài xế nói: "Trời, đây là đứa bé xấu xí nhất mà tôi từng thấy!"

Cô ta hậm hực lắm, khi ngồi xuống hàng ghế sau cùng, cô đã nói với một người đàn ông ngồi cạnh: "Tài xế vừa xúc phạm tôi!"

Người đàn ông tỏ ra bức xúc lắm. "Cô hãy cứ lên đó và mắng anh ta một trận. Và yên tâm, tôi sẽ giữ hộ con khỉ của cô."

2) Dịch bò điên

Trên một cánh đồng nọ, có ba con bò trò chuyện với nhau.

Con bò thứ nhất nói: "Các cậu có nghe về căn bệnh bò điên đang lây lan không?"

"Có," con bò thứ hai nói, giọng run rẩy. "Nghe nói khủng khiếp lắm, cũng may nó chưa lan tới đây."

"Đúng rồi," con bò thứ ba nói. "Chúng ta thật may mắn khi là chim cánh cụt."

3) Gọi cấp cứu

Hai người đi trong rừng, bỗng một người tự nhiên ngã gục xuống đất, mặt mày tím tái. Người kia rút diện thoại ra gọi 911.

"Xin chào, tôi nghĩ là bạn tôi đã ngất," anh ta la lên. "Tôi phải làm gì?"

Tổng đài viên nói, "Hãy bình tĩnh. Đầu tiên, hãy chắc chắn rằng là họ đã ngất..."

Sau đó là một khoảng lặng, rồi một tiếng bốp vang lên. Trở lại điện thoại, anh ta nói. "Được rồi, giờ làm gì nữa?"

4) Hũ đậu nghĩ xấu

Có một cặp đôi nọ mới cưới, họ mua hai chiếc hũ và quy ước với nhau rằng mỗi lần ai đó nghĩ xấu về người kia, thì hãy bỏ một hạt đậu vào trong hũ của người đó.

Về già, sau khi ăn bữa cháo buổi chiều, họ cùng ngắm hoàng hôn bên cạnh hai chiếc hũ. Người chồng xúc động lắm.

Chồng nói, "Vợ ơi, anh rất xin lỗi em..."

Người chồng mở hũ ra, bên trong có khoảng hơn 30 hạt đậu.

Tới lượt người vợ, bà mở hũ ra, bên trong chỉ có vài hạt.

Người chồng khóc nức nở. Bà vợ vỗ vai chồng và nói, "Không sao đâu anh, em cũng xin lỗi anh vì nhà hết gạo, em đã lấy hết đậu trong hũ của mình để nấu cháo."

5) Liệu có chạy thoát

Hai người đi bộ trong rừng, thì gặp một con báo. Ngay lập tức, một người cởi ba lô, lấy giày chạy bộ và xỏ vào.

"Anh làm gì vậy?" người kia hét lên. "Chúng ta không thể chạy nhanh hơn nó, ngay khi đi giày chạy bộ."

"Sao phải quan tâm chứ?" anh kia đáp. "Tôi chỉ cần chạy nhanh hơn cậu là được."

6) Thông báo từ bác sĩ

Một bác sĩ gọi cho bệnh nhân và nói, "Tôi có một tin xấu và một tin tồi tệ. Tin xấu là anh chỉ còn 24 giờ nữa để sống."

"Đó là tin xấu," bệnh nhân đáp. "Có gì tồi tệ hơn nữa không?"

Bác sĩ trả lời, "Tôi đã cố gắng liên lạc với anh từ hôm qua mà không thấy anh nghe máy."

7) Phải biết suy nghĩ

Ở viện tâm thần nọ, có bác sĩ tổ chức "kỳ thi tốt nghiệp" để kiểm tra xem ai đã hồi phục.

Bác sĩ hỏi một ông cụ, "Tay đâu?"

Ông ta chỉ vào chân, và bị loại.

Bác sĩ hỏi một phụ nữ, "Tay đâu?"

Chị này chỉ vào mặt, và cũng bị loại.

Bác sĩ hỏi một thanh niên, "Tay đâu?"

Anh ta chỉ vào tay.

Sau đó bác sĩ hỏi thêm vài câu, anh ta đều trả lời đúng hết và tốt nghiệp. Nhiều bệnh nhân khác đã chúc mừng và hỏi anh ta bí quyết hoàn thành bài kiểm tra.

Anh ấy vỗ mông và nói, "Các cậu phải biết suy nghĩ bằng cái đầu chứ."

Thế nào, bạn đã có những giây phút vui vẻ chứ?

Bộ não của bạn rất thông minh, khi đã nắm được nguyên tắc, và xem nhiều ví dụ để hiểu, thì "cài—kích" sẽ ngấm vào từng tế bào não, trở thành phản xạ, và tới một ngày đẹp trời, tự nhiên bạn sẽ bật ra ý tưởng để cài kích trong viết lách, thậm chí giao tiếp.

Giống như có những người có khả năng "xuất khẩu thành thơ", còn bạn sẽ luyện được khả năng "xuất lưỡi là cười".

Câu chuyện con voi khổng lồ

Còn nhớ hôm đó, trong một buổi sinh hoạt của Đà Nẵng Toastmasters Club, tôi tham gia với vai trò người đánh giá tổng quan (tiếng Anh là General Evaluator, hay gọi tắt là GE).

Khi tới lượt mình, tôi đã bước lên sân khấu và nói: "Theo bạn G.E là gì?"

"General Evaluator..." mọi người đồng thanh.

Tôi gật đầu và nói, "Nó là viết tắt của Giant Elephant." (Con voi bự)

Cả khán phòng cười rần rần. Sau đó tôi giải thích tại sao "con voi bự" đó lại liên quan tới vai trò đánh giá, bô lô, ba la. Mọi người đã rất tâm phục khẩu phục và tập trung lắng nghe từ đầu tới cuối bài nói.

Tại sao mọi người cười?

Cài: Vì khi nhắc tới G.E, thường ai cũng nghĩ tới General Evaluator, một vai trò rất quen thuộc trong các buổi họp của Toastmasters.

Cài: Nhắc tới từ khóa này, là bộ não mọi người đã bị cài rồi, sau đó tất cả đều đồng thanh hô General Evaluator nữa, nên bộ não bị cài tiếp.

Kích: Đó là lý do ngay khi tôi kích bằng đáp án mới lạ, là cả phòng lập tức cười vang (mà cũng có thể là trông tôi béo ú như một con voi bự).

Chưa kể là sau đó, cứ mỗi lần tôi nhắc lại hình ảnh con voi, là anh em lại cười.

Ví dụ lúc sau, khi tới lượt tôi lên tiếp, tôi lại chào mọi người bằng câu: "Hello, your Giant Elephant is here..."

Dịch: Xin chào, con voi bự của bạn đã trở lại sân khấu! (mọi người cười)

Mà bạn có thể nghĩ, "Wow, thật tuyệt, sao Fususu có thể nghĩ ra ý tưởng G.E là Giant Elephant hay thế?"

Không giấu gì bạn, trước đó tôi đã hỏi Chat GPT, "G.E có thể là viết tắt của những thứ nào thú vị?"

Và Giant Elephant là một trong những ý tưởng mà OpenAI đưa ra. Thật tuyệt khi có công nghệ hỗ trợ phải không nào?

Nhưng một lưu ý, là nếu bạn nhờ AI kể một câu chuyện cười, hoặc làm cho câu chuyện của bạn hài hước hơn... thì hiện tại tôi thấy thường thì bạn sẽ phải thất vọng. Vì khái niệm hài hước của AI có vẻ khác chúng ta.

Thế nên, bạn vẫn cần phải nắm những nguyên tắc quan trọng, để nếu có nhờ AI trợ giúp thì bạn cũng biết mình đang cần tìm kiếm điều gì nhé.

Cài nhanh - Kích mạnh

Trong thuyết trình, nhiều khi phương pháp 3 bước này còn có thể rút gọn xuống thành 2 bước là Cài - Kích, hay đầy đủ hơn là: "Cài nhanh - Kích mạnh".

Ví dụ dễ thấy nhất là trong bài thuyết trình về tự tin của tôi ở trên sân khấu Toastmasters. Bạn còn nhớ tôi đã mở đầu bài thế nào chứ?

"Nói về sự tự tin, tôi có hai câu hỏi cho bạn:

1) Đã bao giờ bạn thuyết trình chưa? (cài)

2) Bạn có tự tin khi xem lại record không? (kích)"

Ngay sau đó, khán giả đã cười rần rần.

Ở phần cài, tôi đã nói về tự tin trong thuyết trình, vốn là một chủ đề khá "nghiêm túc", bộ não có tâm lý đoán rằng những thứ tiếp theo tôi nói sẽ có tính chất tương tự, hoặc một bí quyết nào đó về thuyết trình. Tới câu hỏi số hai, họ đã bị bất ngờ khi tôi "bẻ lái" sang một thứ liên quan tới chính bản thân họ.

Tương tự, bạn còn nhớ câu chuyện giá trị thời gian trong buổi sinh hoạt tại DNX chứ?

Lúc kết thúc phần thuyết trình ngẫu hứng, Timer thường sẽ đứng lên giới thiệu luật thời gian cho phần thuyết trình chuẩn bị. Thông thường mọi người sẽ làm như sau:

Ở phần này, bạn chú ý mình cần nói 5 phút để đạt yêu cầu, lúc ấy sẽ đưa ra tín hiệu đèn màu xanh. Tới 6 phút, đèn chuyển qua màu vàng bạn hãy sớm kết luận. Khi 7 phút, đèn màu đỏ, bạn chỉ có 30 giây để kết thúc. Chúc bạn không bị quá giờ!

Còn tôi lúc đó đã làm như sau.

Ở phần này, bạn chú ý mình cần nói 5 phút để đạt yêu cầu, lúc ấy sẽ đưa ra tín hiệu đèn màu xanh. Tới 6 phút, đèn chuyển qua màu vàng bạn hãy sớm kết luận. Khi 7 phút, đèn màu đỏ, bạn chỉ có 30 giây để kết thúc. Chúc bạn tham gia giao thông vui vẻ!

Cả căn phòng đã bật cười.

Tại sao họ lại cười?

Vì ở phần cài, tôi đã nói tương tự như trong kịch bản Timer thông thường, không có gì buồn cười cả. Nên mọi bộ não trong khán phòng sẽ nghĩ chắc câu chúc sẽ là một câu chúc như bình thường thôi. Thế nên, họ đã bị bất ngờ khi tôi liên kết giữa các tín hiệu đèn báo thời gian trong thực hiện bài nói, với việc tham gia giao thông.

Để thực hiện được những cú "Cài nhanh - Kích mạnh" như vậy, bạn cần hiểu rất rõ tâm lý khán giả, để có thể nói lên được tâm tư và nỗi đau thầm kín của họ.

Chẳng hạn, tôi vẫn còn nhớ mãi trong một bài nói chuyện của Darren Lacroix, nhà vô địch thuyết trình 2001, ông bước lên sân khấu và nói:

"Đã bao giờ bạn thuyết trình, bên ngoài bạn tỏ ra rất tự tin (cài), nhưng bên trong thì như đang nhảy aerobic? (kích)"

Tất nhiên khi nói vậy, Darren đã kết hợp thêm ngôn ngữ cơ thể rất sinh động. Lúc nói tới đoạn aerobic, ông đồng thời cầm chai nước rung lắc cho nó tung tóe khắp sàn, khiến hiệu ứng gây cười càng mạnh mẽ hơn gấp bội.

Có thể nói các nhà vô địch diễn thuyết Toastmasters, đều là các chuyên gia "Cài nhanh - Kích mạnh."

Tin vui là từ những năm 2012 trở lại đây, hầu hết các bài nói vô địch đều được Toastmasters đưa lên mạng, bạn có thể google từ khóa "vô địch diễn thuyết Toastmasters" để xem các bài nói thú vị ấy, để bộ não thấm nhuần nguyên lý Cài - Kích này.

Bạn cũng có thể quét mã QR bên dưới để xem clip của Darren Lacroix.

fususu.com/clip-champion-1

Cài - Cài - Kích, hay Cài nhanh - Kích mạnh là một kỹ thuật khó, đòi hỏi sự luyện tập thường xuyên để bộ não có khả năng liên kết mau chóng. Nếu bạn cảm thấy hơi khó áp dụng vì chưa nghĩ ra ý tưởng, thì cũng đừng quá lo lắng. Cứ xem nhiều ví dụ và luyện dần, bạn sẽ quen với việc "bẻ lái tư duy" người khác.

Hơn nữa, các bí quyết tiếp theo rất dễ áp dụng, và cũng dựa trên nguyên lý Cài - Kích này với nhiều ví dụ cụ thể. Hãy tiếp tục khám phá để hiểu thêm và thấy các ứng dụng của chúng trong thực tế bạn, rồi bạn sẽ thấy kỹ năng hài hước của mình được nâng cao lúc nào không hay!

BÍ QUYẾT #4
BẺ LÁI TƯ DUY

Tôi vốn hướng nội, giao tiếp với mọi người còn khó, nên việc làm họ cười lại càng không dễ dàng chút nào. Thế nhưng, tôi đã phát hiện ra một thế mạnh đặc biệt của người hướng nội, có thể giúp họ khai quật hài hước dễ dàng hơn người bình thường.

Đối đáp khác bọt

Hồi 2019, lúc đó tôi đang còn lang thang một mình ở Quy Nhơn. Để dỡ buồn, tôi có tham gia một lớp học tiếng Anh giao tiếp. Hôm ấy, lớp có giáo viên mới tên Jack, đến từ một hòn đảo nhỏ gần Florida, ở Mỹ.

Ông đã bắt đầu tiết học bằng cách yêu cầu cả lớp liệt kê những thứ có thể xuất hiện trong nhà bếp. Tất nhiên là chúng tôi sử dụng tiếng Anh 100%, song để cho bạn dễ theo dõi, tôi sẽ kể lại bằng tiếng Việt.

"Con dao," một phụ nữ nói.

"Cái tủ," một người đàn ông nói.

"Mẹ tôi," tôi nói.

Cả lớp đã cười phá lên, tôi đã ghi một điểm đầu tiên trên hành trình trở thành một người hài hước.

"Còn gì nữa không?" Jack hỏi.

Tôi nói tiếp. "Có lẽ là... con mèo?"

Cả lớp lại cười lần nữa.

Còn nhớ cuối buổi, Jack nói rằng mọi người có thể hỏi ông mọi câu, ngoại trừ: "How old are you?" (bạn bao nhiêu tuổi).

Tôi đã hỏi ngay, "How young are you?"

Lần này thì bản thân Jack đã bật cười.

Bạn thấy đấy, tuy tôi nói không nhiều (hướng nội mà), nhưng mỗi lần tôi nói, là cả lớp đều cười.

Thế mạnh của người hướng nội mà tôi muốn nói tới ở đây đó chính là khả năng quan sát, lắng nghe. Đặc biệt là khả năng nhận biết suy nghĩ mà mọi người có thể đang có, và đưa ra câu trả lời khác biệt với họ.

Rồi còn nhiều lần khác nữa ở trong lớp giao tiếp tiếng Anh hồi ấy, tôi đã khiến cả lớp cười nghiêng ngả. Lần tôi nhớ nhất là khi cả lớp chào đón một giáo viên mới khác người Pháp, tên là Sonar.

Một hôm, thầy Sonar cho chúng tôi trao đổi về chủ đề gia phả (family tree). Ông đã vẽ một sơ đồ trên bảng, mô tả mối quan hệ giữa những người trong gia đình.

"Ở trên bạn là cha mẹ," Ông Sonar hỏi. "Vậy thì trên cha mẹ của bạn là gì?"

"Ông bà ạ," một bạn trong lớp đáp.

"Vậy trên ông bà là gì?"

Tôi giơ tay và nói, "Adam và Eva?"

Cả lớp đã bật cười.

Tiếp theo, thầy Sonar hỏi. "Được rồi, chúng ta có cousins, anh em họ, aunt, dì của bạn, chú của bạn, uncle. Vậy một người kết hôn với chú của bạn sẽ là..."

Tôi giơ tay và tự tin nói, "My uncle's wife?" (vợ của chú).

Cả lớp lại cười.

Hôm đó là một ngày tuyệt vời, vì chúng tôi đã được uống thật nhiều thuốc bổ, loại thượng hạng, đó là những tiếng cười do chính mình tạo ra.

Bạn thấy đấy, thật ra có một nơi để khai quật hài hước rất dễ dàng, chính là trong những cuộc trò chuyện, đối đáp.

Đôi khi, bạn không cần nói nhiều, chỉ cần khi được hỏi, bạn mạnh dạn nói lên ý kiến khác biệt của mình, là đã có thể tạo ra tiếng cười. Đây gọi là kỹ thuật bẻ lái tư duy.

Bẻ lái tư duy là gì?

Bạn có đoán được tại sao hầu hết mọi người lại cười trong những màn "đối đáp" khác bọt của tôi ở bên trên không?

Đó là vì những câu trả lời "ngây ngô" của tôi đã làm mọi người ngạc nhiên.

Ở tình huống khi Jack yêu cầu mọi người liệt kê những thứ trong phòng bếp, ông đã dùng cụm từ "things in kitchen" (dịch trong tiếng Việt là đồ vật, song cũng có thể hiểu là mọi thứ), nên khi mọi người chọn đồ vật, thì tôi đã chọn... động vật (những sinh vật biết động đậy).

Rồi khi Sonar vẽ bảng gia phả, và đưa ra hàng loạt những danh từ riêng như cousins, aunt để chỉ những người có mối liên hệ với bạn trong họ hàng. Sau đó, Sonar hỏi người kết hôn với chú của bạn sẽ được gọi là gì, hầu hết mọi người sẽ nghĩ chắc đó sẽ là một danh từ riêng phức tạp nào đó, thế nên họ đã bật cười khi tôi đưa ra đáp án không thể đơn giản hơn:

"Vợ của chú tôi (my uncle's wife)."

Còn lúc Sonar hỏi trên ông bà là gì, hầu hết mọi người có thể nghĩ về ông bà nội hay đại loại thế, nhưng họ sẽ không tiến xa tới mức "cội nguồn" của cây phả hệ như tôi:

Adam và Eva.

Khi bị bất ngờ như vậy, họ đã cười.

Đây cũng chính là nguyên lý của bẻ lái tư duy. Đơn giản là bạn xác định xem hầu hết mọi người đang nghĩ gì, và đưa ra một ý tưởng khác biệt, có phần ngây ngô như một đứa trẻ thì càng tốt.

Đó là trong đối đáp thực tế, còn trong thuyết trình, viết lách, hay khi bạn cần trình bày một ý tưởng thì sao?

Tin vui là bạn hoàn toàn có thể áp dụng kỹ thuật bẻ lái tư duy này.

Bẻ lái tư duy trong trình bày

Bạn từng nghe câu nói này chưa?

"Muốn đi nhanh, thì đi một mình. Muốn đi xa, thì đi cùng nhau."

Nhưng chuyện gì xảy ra, nếu bạn đi cùng… một lũ ngốc?

Vừa rồi, bạn có cười không?

Nếu có, nguyên tắc này đã phát huy tác dụng.

Đây là một ứng dụng đơn giản của bẻ lái tư duy trong trình bày, mà bản chất cũng là một cách "cài nhanh kích mạnh" gồm hai bước:

1) Bạn đưa ra một thông tin X phổ biến, một điều mà càng nhiều người biết, hoặc càng dễ dàng đồng ý càng tốt.

2) Bạn đưa ra thông tin X' để bẻ lái tư duy, khiến họ có suy nghĩ khác đi. Suy nghĩ càng khác biệt, thì càng dễ gây cười.

Để giúp bạn hiểu thêm về bẻ lái tư duy, hãy cùng xem xét các ví dụ. Càng xem nhiều, bộ não của bạn sẽ càng học hỏi, bắt chước, bạn sẽ càng hiểu và áp dụng dễ dàng hơn.

Vì thế, tôi đã chuẩn bị cho bạn tới…

20 ví dụ bẻ lái tư duy

Một lưu ý, những ví dụ này chỉ là ví dụ, chúng có thể "thách thức" một số niềm tin tích cực, nhưng không thay thế lời khuyên cuộc sống.

1) *"Không có gì là không thể!"*

Đã bao giờ bạn thử nhét lại kem đánh răng vào tuýp sau khi bóp ra chưa?

2) *"Tri thức là sức mạnh."*

Khi đi dạo trong công viên và bỗng nhiên một con chó dữ lao tới, tri thức nào sẽ giúp bạn có sức mạnh chống lại nó đây?

3) *"Cần cù bù thông minh."*

Nhưng sẽ ra sao nếu bạn chăm chỉ áp dụng một phương pháp sai?

4) *Có người nói, "Cuộc sống giống một trò chơi, bạn cần phải nắm luật chơi."*

Tôi tự hỏi, vậy thì nút "chơi lại" ở đâu?

5) *Nhiều người khuyên, "Hãy sống như thể hôm nay là ngày cuối cùng."*

Tôi nghĩ rằng đó là một ý kiến tuyệt vời, nhưng nếu vậy, thì ai sẽ tuyển dụng tôi đây? Ai sẽ cần một người làm việc một ngày rồi biến mất?

6) *"Đừng bao giờ bỏ cuộc..."*

Đúng vậy, trừ khi bạn chạy marathon và phát hiện ra mình đang chạy theo hướng ngược lại với mọi người!

Thế nên, đôi khi biết bỏ cuộc đúng lúc, lại là một cách khôn ngoan để tiến lên.

7) *"Tiền bạc không mua được hạnh phúc..."*

Đúng rồi, vậy hãy đưa hết tiền của bạn cho tôi, tôi sẽ chứng minh cho bạn thấy là tiền bạc có thể làm ai đó hạnh phúc.

Tiền bạc có thể không mua được hạnh phúc, nhưng nó có thể khiến ai đó vui vẻ, và bạn cũng sẽ được hạnh phúc lây đấy!

8) "Tình yêu là trên hết."

Đúng vậy, nhưng bạn đã bao giờ thử trả tiền hóa đơn bằng tình yêu chưa?

9) "Điều quan trọng nhất không phải là chiến thắng, mà là tham gia hết mình..."

Đúng, nhưng bạn hãy thử nói điều đó với một người vừa thua cược một số tiền lớn xem.

10) "Đôi khi những điều nhỏ bé nhất lại tạo nên sự khác biệt lớn nhất..."

Tuyệt vời, chẳng hạn như cục đá nhỏ mà bạn vô tình vấp phải khiến bạn bị ngã dập mặt.

11) "Thời gian là vàng bạc."

Đúng rồi, chỉ tiếc là nhiều lúc tôi rảnh quá, mà không thể quy đổi được thời gian đó ra vàng bạc mà thôi.

12) "Hãy tránh xa những người tiêu cực."

Nhưng điều gì xảy ra nếu người tiêu cực đó là sếp của bạn?

13) *"Hãy luôn mỉm cười."*

Được lắm, hãy thử mỉm cười khi bạn đang bị nhổ răng xem sao. Đảm bảo sự hài hước của bạn sẽ được "tăng level" đấy!

14) *"Tuổi tác chỉ là con số."*

Nhưng đôi khi con số đó sẽ quyết định bạn có được giảm giá vé xem phim hay không.

15) *"Hãy theo đuổi ước mơ!"*

Nhưng nếu ước mơ là trở thành siêu nhân thì sao?

16) *"Sức khỏe là tài sản quý giá nhất."*

Sẽ ra sao nếu bạn không có tiền để chữa bệnh? Tiền bạc cũng có vai trò của nó đấy.

17) *"Hạnh phúc là một hành trình, không phải đích đến."*

Nhưng nếu hành trình đó quá dài và mệt mỏi? Lại chẳng có ai hài hước để đi chung thì sao?

18) "Hãy tha thứ cho người khác."

Tốt lắm. Nhưng nếu họ đã làm tổn thương bạn quá nhiều lần tới mức "thách thức" bạn thì sao?

19) "Hãy tận hưởng giây phút hiện tại."

Nhưng nhỡ hiện tại, đang cháy nhà thì sao?

20) "Mọi chuyện xảy ra đều có lý do."

Vậy lý do của việc tôi vừa trượt chân ngã cầu thang là gì?

Bạn thấy sức mạnh của bẻ lái tư duy rồi chứ?

Bẻ lái tư duy khi sử dụng kết hợp với cài kích khéo léo sẽ vô cùng mạnh mẽ. Bạn còn nhớ câu chuyện "phao câu" mà tôi kể ở phần bí quyết #1 chứ?

Thật ra, tôi đã áp dụng rất linh hoạt kỹ thuật cài kích cùng với bẻ lái tư duy, để liên tục khiến cho học viên cười, đặc biệt là khúc đầu, khi tôi nói học viên đoán xem trước khi thi, chúng tôi đã làm gì.

Nếu đã quên, bạn có thể lật trang đọc lại, hoặc xem tôi tóm tắt và phân tích:

- ❖ Đầu tiên, tôi hỏi các bạn ấy một tháng trước khi thi, chúng tôi sẽ làm gì?
- ❖ Hầu hết mọi người sẽ nghĩ là ôn thi.
- ❖ Câu trả lời của tôi là... tranh thủ chơi. Mọi người cười vì bị bất ngờ.
- ❖ Sau đó tôi hỏi tiếp: 2 tuần trước khi thi thì làm gì?
- ❖ Hầu hết học viên sẽ nghĩ là ôn thi thôi, nhưng câu trả lời vẫn là chơi.

❖   Điều đó dẫn tới khi tôi hỏi còn 1 tuần trước khi thi thì làm gì?

❖   Có thể sẽ là ôn thi, do hai lần trước đều sai rồi, nên hầu hết học viên sẽ nghĩ là chơi.

❖   Tôi nói "các bạn hiểu ý anh lắm" để cài bộ não của học viên rằng họ có thể đang đúng, nhưng rồi tôi câu trả lời bất ngờ lại là... "mua phao".

Bằng cách liên tục đưa mọi người hết từ bất ngờ này sang bất ngờ khác mà không thể đoán trước, tôi đã tạo ra những tràng cười nghiêng ngả.

Luyện tập trong cuộc sống

Bẻ lái tư duy không chỉ là một kỹ thuật tạo tiếng cười, mà còn là một thói quen giúp bạn tư duy khác biệt mọi lúc mọi nơi.

Tôi rất thích cách này, vì khi bạn đưa ra được một tư duy khác biệt, thì dù mọi người có cười hay không, họ vẫn rất thích thú.

Vì thế, bạn có thể luyện tập nó trong cuộc sống hàng ngày, với các gợi ý sau:

1) Bài đăng mạng xã hội

Bạn có thể để ý các bài đăng trên mạng xã hội, xem người đăng đang muốn truyền tải thông điệp gì.

Sau đó, bạn đọc xem hầu hết mọi người comment điều gì, rồi thử đưa ra một suy nghĩ khác biệt. Có thể bắt đầu bằng các mẫu câu:

- Điều gì xảy ra nếu...
- Đồng ý, nhưng...
- Bạn có nghĩ...

Hãy tập sử dụng 3 mẫu câu trên thật nhiều, tôi gọi chúng là những mẫu câu kích thích tư duy sáng tạo.

2) Những niềm tin phổ biến

Bạn liệt kê xem hầu hết mọi người đang tin vào điều gì, có những câu nói hay nào đang được chia sẻ rộng rãi.

Sau đó, bạn thử đào sâu, tìm ra những khía cạnh mà không ai để ý, giống như ở phần ví dụ bẻ lái tư duy bên trên.

Khi đã tìm ra được ý tưởng, bạn hoàn toàn có thể đăng một bài viết chia sẻ câu nói đó và suy nghĩ mới của bạn.

3) Đối đáp khác bọt

Khi bạn đã quen với việc bẻ lái tư duy qua viết lách, bạn có thể chủ động "ứng khẩu" trong các tình huống thực tế như tôi đã làm trong lớp tiếng Anh giao tiếp (thay vì "á khẩu" khi được hỏi).

Đơn giản là lắng nghe, quan sát, và để ý xem hầu hết mọi người sẽ có suy nghĩ, hoặc xu hướng trả lời thế nào đó, và khi tới lượt bạn, hãy trả lời theo một cách khác biệt nào đó.

Tất nhiên, bạn nên cố gắng "bẻ lái tư duy" một cách thông minh, liên quan tới chủ đề mọi người đang thảo luận. Tránh "bẻ cong" quá, thậm chí "bẻ gãy" dây thần kinh bình tĩnh của mọi người, thì khó có thể nói trước kết cục của bạn.

Thêm ví dụ bẻ lái trong viết lách

Kỹ thuật này cũng có thể sử dụng trong viết lách, đặc biệt là viết truyện, tiểu thuyết.

1) Ví dụ trong tiểu thuyết Bật Đèn

Bật Đèn là cuốn tiểu thuyết đầu tay của tôi, dưới đây là trích đoạn trong chương đầu tiên, Chòm Sao Đại Bàng.

Napa sướng rơn người, lão lật nhanh tới đoạn lúc nãy để đọc tiếp, nhưng một tiếng sét vang lên làm tim lão giật thót.

Cuốn sách rớt bịch xuống sàn.

Đúng là trời đánh chẳng tránh truyện tranh!

Napa hấp tấp vớ lấy ngay cây gậy cũ mềm sau lưng để đi nhặt truyện. Lần này để chắc ăn, lão sẽ đọc luôn dưới sàn cho mà xem!

Bạn nhận ra bẻ lái chỗ nào không?

Bình thường khi nghe câu "trời đánh..." người ta sẽ nghĩ tới ngay "tránh bữa ăn", nhưng tôi đã "chế" thành "tránh truyện tranh", vừa phù hợp với bối cảnh câu chuyện, vừa tạo ra sự bất ngờ.

2) Ví dụ trong Numagician - Con Số Ảo Thuật Và Những Chuyện Chưa Kể

Cuốn sách này tập hợp các câu chuyện về các con số sinh động ở vương quốc Numagician theo lời kể của chú chim Sáu Chín, đã tạo ra nhiều tiếng cười sằng sặc cho các bạn nhỏ.

Một trích đoạn trong câu chuyện về chú khỉ Ba Bảy, để xem bạn có phát hiện ra phần bẻ lái không nhé:

Theo bạn, ai sẽ là người có lợi nhất trong các cuộc thi? Những vận động viên, vì họ sẽ được nổi tiếng? Hay là khán giả, vì họ sẽ được xem những trận đấu gay cấn? Theo tôi, thì là ban tổ chức, vì họ là người bán vé, và khỉ Ba Bảy là giám đốc tổ chức tài ba nhất tôi từng biết...

Tôi quen khỉ Ba Bảy trong một lần đi xem cuộc thi leo cây hái chuối của loài khỉ. Lúc ấy cậu ta mới chỉ là một chân quét rác, chuyên dọn dẹp chuối bẹp dưới đất, sản phẩm thừa sau mỗi cuộc thi. Vài năm sau gặp lại, cậu ấy đã trở thành trưởng ban tổ chức, với thu nhập lên tới hàng triệu Susu.

3) Ví dụ trong Numagician - Đánh Thức Họa Sĩ Sáng Tạo Trong Bạn

Đây là tuyển tập 100 câu chuyện siêu ngắn gọn, nhằm giúp bạn nhớ mỗi con số tương ứng với hình ảnh gì, nên có rất nhiều câu chuyện ngộ nghĩnh. Điển hình là chuyện về chiếc đàn Hai Bảy.

Đây là chiếc đàn thần kỳ Hai Bảy, nó có đúng 27 sợi dây với 27 màu khác nhau. Bất cứ ai nghe tiếng đàn, cũng sẽ bị mê hoặc và làm theo lời mà người đánh đàn hát (cho dù họ có hát dở đến mấy).

Ngày xưa, chị em người cá chuyên dùng đàn Hai Bảy để dụ dỗ các thủy thủ đẹp trai về... rửa bát. Nhưng sau khi phát hiện số lượng bát đĩa bị vỡ ngày càng nhiều, chị em người cá đã ngán ngẩm bỏ đi hành tinh khác, để lại đàn Hai Bảy mốc meo dưới đáy đại dương.

Một *ngư dân* đã nhặt được đàn Hai Bảy và dùng nó để mở những lớp học "chống lại cám dỗ". Học viên tốt nghiệp xong đều sở hữu một tâm trí bình an, mạnh mẽ, không gì có thể lung lay được ý chí của họ.

4) Ví dụ Vẹt Clever trong Almagicia - Những Con Chữ Ảo Thuật

Đã bao giờ bạn muốn mình trở nên khác biệt chưa?

Đó là tâm nguyện của vẹt Clever từ khi sinh ra. Bởi vì họ nhà cậu có một khả năng trời cho, đó là bắt chước y hệt lời ăn tiếng nói của mọi người.

Nghe thật thích vì có ai đó trò chuyện giống mình phải không? Nhưng bạn có biết sẽ phiền toái thế nào không nếu hai con vẹt bắt chuyện với nhau?

Chúng sẽ có một cuộc 'trò chuyện vĩnh cửu'.

"Chào buổi sáng..." vẹt số một nói.

"Chào buổi sáng..." vẹt số hai nói.

"Chào buổi sáng..." vẹt số một bắt chước.

Cứ thế, chúng có thể chào từ buổi sáng sang cả buổi tối mà vẫn không sao dừng lại được, bởi đó là bản năng di truyền.

Hai con vẹt trò chuyện vĩnh cửu với nhau còn là may mắn, vì khi một con gục vì quá mỏi, nó sẽ được đưa đi bệnh viện bởi con còn lại.

Bạn hãy thử tưởng tượng sáng dậy, một chú vẹt nhìn vào gương và lỡ thốt lên một câu nào đó, chú ta sẽ lẩm bẩm một mình tới mức gục luôn trong phòng tắm...

Bạn thấy đấy, tôi liên tục kích thích trí não của độc giả bằng cách đưa ra câu hỏi hoặc tình huống bình thường trước, và ngay sau đó là câu hỏi hoặc tình huống giả định khác thường với các mẫu câu như "Chuyện gì xảy ra nếu", rồi "thử tưởng tượng..."

Hãy quay trở lại phân tích nhé:

Đã bao giờ bạn muốn mình trở nên khác biệt chưa? (bình thường)

Đó là tâm nguyện của vẹt Clever từ khi sinh ra. Bởi vì họ nhà cậu có một khả năng trời cho, đó là bắt chước y hệt lời ăn tiếng nói của mọi người. (bình thường)

Nghe thật thích vì có ai đó trò chuyện giống mình phải không? Nhưng bạn có biết sẽ phiền toái thế nào không nếu hai con vẹt bắt chuyện với nhau? (khác thường)

Rồi ở phần kế tiếp công thức cũng như vậy.

Cứ thế, chúng có thể chào từ buổi sáng sang cả buổi tối mà vẫn không sao dừng lại được, bởi đó là bản năng di truyền. (bình thường)

Hai con vẹt trò chuyện vĩnh cửu với nhau còn là may mắn, vì khi một con gục vì quá mỏi, nó sẽ được đưa đi bệnh viện bởi con còn lại. (bình thường)

Bạn hãy thử tưởng tượng sáng dậy, một chú vẹt nhìn vào gương và lỡ thốt lên một câu nào đó, chú ta sẽ lẩm bẩm một mình tới mức gục luôn trong phòng tắm... (khác thường)

Câu chuyện Team & Building

Còn nhớ trong chuyến tham gia Team Building của Toastmasters tại Đà Lạt. Đúng dịp mưa liên tiếp, trời lại lạnh nữa, nên nhiều hoạt động đã không diễn ra như mong muốn, khiến bạn phụ trách phải có những thay đổi khá linh hoạt.

Khi thấy bạn ấy có vẻ buồn rầu, và chia sẻ với mọi người rằng kế hoạch bị thay đổi nhiều quá. Bạn biết tôi đã nói gì không?

Tôi đã nói, "Team Building mà. Có team rồi mới build kế hoạch."

Mọi người đã cười vang, khiến không khí cả phòng trở nên ấm áp. Ai cũng nhận ra, "Ừ, có team là tốt rồi, gặp được nhau là tuyệt vời lắm rồi..."

Một lần khác, tôi và vợ, Giang Rita đã tham gia sinh hoạt trong một CLB Toastmasters ở Đà Nẵng. Ngày hôm ấy, tôi được phân công vai trò làm người đánh giá cho bài nói của cô ấy. Trước khi Giang nói, tôi được mời lên giới thiệu mục đích của bài nói là sẽ tập trung vào Body Language hay ngôn ngữ cơ thể.

Tôi đứng dậy rất tự tin, nhưng miệng lắp bắp thế nào nói thành, "Today, we'll focus on her body... and language." (Hôm nay, chúng ta sẽ tập trung vào cơ thể của cô ấy... và ngôn ngữ).

Cả phòng đã cười rần rần.

Ngay sau đó tôi chữa cháy, "To me, body language is also a language." (Với tôi, ngôn ngữ cơ thể cũng là một dạng ngôn ngữ).

Sau này, khi sang Thái Lan để dự cuộc họp thường niên của Toastmasters khu vực District 97, tôi cũng đã áp dụng cùng ý tưởng đó để khiến cả khán phòng cười vang.

Đó là phần Q & A (hỏi đáp) sau một hội thảo của Douglas Kruger, một tác giả, diễn giả nổi tiếng. Mọi người tranh thủ hỏi ông ấy sâu hơn về các mẹo thuyết trình ông mới chia sẻ. Tôi cũng muốn hỏi về một mẹo liên quan tới các khoảng dừng.

Nếu ở đó, bạn sẽ thấy tôi giơ tay, cầm mic và nói. "Thank you so much. Firstly, I love your body..." (dừng một chút)

Cả khán phòng bật cười.

Tôi nói, "Sorry, your body language...." và rồi tôi mới hỏi về bí quyết sử dụng khoảng lặng của ông ấy.

Douglas cười và nói, "Of course, your pause must bc properly..." (Tất nhiên, khoảng dừng của bạn phải hợp lý...)

Cả khán phòng cười tiếp.

Team và Building, Body và Language...

Thực ra, đây cũng là một kỹ thuật hài hước mới và cũng rất dễ dùng, hãy cùng khám phá nó ở chương sau bạn nhé.

BÍ QUYẾT #5
ĐUỔI TỪ BẮT CHỮ

Đã bao giờ bạn đọc truyện, hay trang sách nào đó và cười nghiêng ngả? Bạn có muốn viết lách hài hước như tác giả đó không?

Tôi có tin buồn và tin vui cho bạn đây.

Tin buồn...

Viết lách hài hước, thật ra khó hơn nói chuyện, hoặc thuyết trình hài hước rất nhiều.

Tại sao vậy?

Đơn giản vì:

> Nghe là bản năng, đọc là kỹ năng.

Hầu hết mọi người được luyện nghe ngay từ khi sinh ra, còn việc đọc thì phải trải qua một thời gian rèn luyện vất vả trên trường. Thông thường, cũng ít ai được điểm cao môn Văn, dẫn tới tình trạng ngại đọc nói chung.

Hơn nữa, tốc độ đọc hiểu trung bình của người trưởng thành vào khoảng 200-300 từ/phút, nhưng tốc độ xử lý âm thanh của não, có thể lên tới 800 từ/phút.

Nếu muốn kiểm chứng điều này, hãy quét mã QR bên dưới, bạn sẽ thấy một clip tôi nói với tốc độ như tên lửa, tới hơn 500 chữ/phút, mà bạn vẫn có thể nghe hiểu nội dung!

fususu.com/qrhh-clipx2

Bạn thấy khả năng xử lý âm thanh của bộ não đáng ngạc nhiên chứ?

Đây vừa là điểm mạnh, mà cũng vừa là điểm yếu mà chúng ta có thể sử dụng để khai thác tiếng cười đấy.

Ở các phần trước bạn đã thấy, hầu hết các tiếng cười xuất hiện là do bộ não bị bất ngờ, bị cài kích, bị bẻ lái tư duy. Những việc đó thường được thực hiện bằng lời nói dễ dàng hơn, vì tốc độ của người nói thường nhanh mà khả năng xử lý âm thanh của người nghe cũng tốt, hệ quả là bộ não dễ bị dẫn dắt.

Đó là lý do hiệu ứng gây cười sẽ giảm đáng kể, khi bạn viết lại một câu chuyện đã từng làm mọi người cười, so với khi bạn kể trên sân khấu, hoặc trong giao tiếp.

Còn tin vui?

Mọi thứ đều có thể, vấn đề là phương pháp. Khi viết lách, thay vì cố gắng gây cười bằng cách cài nhanh kích mạnh như giao tiếp hoặc kể chuyện cười, mà bộ não rất "dễ đoán" trong quá trình đọc, bạn có thể sử dụng phương pháp "an toàn" hơn.

Đây cũng là bí quyết mà tôi và nhiều học viên khóa viết sách đã áp dụng trong nhiều cuốn sách của mình, khiến cho các độc giả đọc từ đầu tới cuối trong niềm vui sướng.

Hãy cùng xem các ứng dụng của bí quyết này trong thực tế. Bộ não của bạn càng được nhìn thấy nhiều ví dụ sinh động hài hước (và hiểu nguyên tắc đằng sau), bạn càng dễ dàng tự tạo ra nhiều ví dụ tương tự cho riêng mình.

Hiểu phương pháp qua các ví dụ

1) Đi bước nữa

Trong cuốn Vitasusu: 7 Cách Nhớ Từ Tiếng Anh Siêu Đẳng, có một đoạn mà sau khi kể về việc mình từng vất vả thế nào để đọc sách ngoại ngữ, tôi đã viết:

Hồi ấy, tôi nghĩ nguyên nhân là do trí não "cá vàng" của mình, nó chắc không phải loại vàng vừa vừa, mà là loại vàng óng ánh, có khi dát vàng luôn!

Đây có thể gọi là kỹ thuật "đi bước nữa", vì bình thường người ta hay nói "trí não cá vàng" là hết, tôi đã đi thêm bước nữa, tôi phân tích sâu hơn "trình độ" lú lẫn của não dựa trên sắc vàng của cá.

Rồi trong cuốn Tác Giả 5 Sao (tập 2), nói về hành trình tôi từ tác giả thất nghiệp, trở thành tác giả sống tự do sung sướng, có đoạn sau khi chia sẻ một kỷ niệm bị mất một số tiền lớn, tôi cũng đã áp dụng kỹ thuật thú vị này và viết:

Người ta có câu "chó cắn áo rách", ý chỉ những người đã nghèo khó, mà còn gặp thêm tai ương. Tôi nghĩ con chó cắn mình có họ hàng với chó sói, cắn rách áo chưa đủ, mà còn nhai ngấu nghiến mọi niềm tin và hy vọng...

Bạn thấy tôi đi xa không?

Từ "chó thường" sang "chó sói", từ "cắn áo rách" cho tới "nhai ngấu nghiến" niềm tin hy vọng. Nếu được sử dụng hợp lý, kỹ thuật này không chỉ tạo ra sự sinh động hài hước, mà còn thể hiện và kết nối cảm xúc sâu sắc hơn.

Hoặc ngay ở chương đầu cuốn sách này, lúc nói về việc giúp đỡ các tác giả khác viết sách, bạn nhớ tôi đã sử dụng cặp từ nào thú vị?

Nhiều tác giả viết bản thảo "để đấy", tôi giúp họ biến nó thành sách "để đời."

2) Nhân hóa từ

Trong sách Thay Thói Quen Đổi Cuộc Đời, ở phần nói về động lực đến rồi đi, thay vì mở màn bằng những câu hỏi thường thấy về việc mất động lực, tôi đã thiết kế một bảng "thông báo tìm trẻ lạc" với nội dung ngộ nghĩnh.

Thông báo tìm "trẻ lạc"

Bé Động Văn Lực,

Tên thường gọi là Động Lực. Tính khí thất thường, đã bỏ nhà ra đi vô số lần. Khi đi mang theo cảm hứng của cả nhà.
Ai đã bắt cóc bé, vui lòng trả lại!

Mẹ của bé,

Bản Thị Thân

Tôi đã thêm "Văn" hoặc "Thị" vào giữa một số danh từ trừu tượng, để biến chúng thành nhân vật sinh động.

Còn trong sách 21 Cách Học Tiếng Anh Du Kích, tôi đề cập tới một công cụ giúp bạn học tiếng Anh hiệu quả là viết nhật ký thành công:

Đơn giản là mỗi ngày, liệt kê ra 5 thành công nhỏ của ngày hôm đó. Khi chia sẻ lý do để độc giả nên tạo nhật ký này, và cố gắng sáng tạo hơn, tôi đã viết:

Nếu ngày nào, bạn cũng viết 5 thành công như nhau, có lẽ quý ngài Thành Công sẽ không cười mỉm, mà sẽ... cười đểu.

Bộ não luôn thích những thứ mới mẻ, nên thói quen này sẽ kích thích bạn nghĩ ra việc để làm...

Bạn thấy chứ?

Quý ngài "Thành Công".

Cười mỉm và cười... đểu.

Đó cũng là một cách đuổi từ bắt chữ. Tôi đã không chỉ nhân hóa một từ trừu tượng, mà còn "đi bước nữa", là nói về các loại nụ cười của ông ta có thể có dành cho bạn.

3) Tách từ liên tưởng

Ở chương cuối cuốn sách Numagician - Đánh Thức Phù Thủy Trí Nhớ Trong Bạn (tái bản mới nhất), bạn sẽ thấy tôi nói về một "bộ môn nghệ thuật" thú vị.

Nghệ thuật làm phao:

Một học viên từng hỏi, "Anh ơi, làm gì khi học không vào?"

Với kinh nghiệm nhiều năm nghiên cứu về não bộ, tôi trả lời, "Làm phao em ơi!"

Thật lạ, Fususu, tác giả sách luyện trí nhớ lại gợi ý các bạn học sinh làm phao ư?

Hãy bình tĩnh đọc hết chương này, bạn sẽ được nắm 3 bước để tạo ra một loại "phao" hợp pháp, giúp bạn "câu" kiến thức từ trong đầu ra vô cùng hiệu quả. Tôi gọi nó là "phao câu"...

Phao câu: Một loại phao câu kiến thức từ trong đầu. Đây cũng là một cách đuổi từ bắt chữ sành điệu, phải không nào?

Điều thú vị là tiếng Việt của chúng ta rất giàu và đẹp, bạn có thể tha hồ khai thác theo lối tách từ này.

4) Đặt tên mới

Trong cuốn sách Làm Bạn Cảm Xúc Làm Chủ Hạnh Phúc (đồng tác giả Hưng Tươi) bạn có thể tìm thấy rất nhiều đoạn tôi đã chơi chữ và sử dụng hình ảnh so sánh ngộ nghĩnh.

Ví dụ đây là trích đoạn chương "Tôi muốn hạnh phúc" ở phần đầu:

Làm sao để hạnh phúc?

Lúc ấy, 30 năm cuộc đời tôi hiện ra như một bộ phim, mà trailer là một ký ức xa xưa khi tôi ở nhà một mình, và phát hiện ra hai cái lỗ mũi phù thủy.

Thật ra đó là cái ổ điện, nhưng với một đứa nhóc tò mò, thì việc nó có thể làm bóng đèn chết đi sống lại, hay quạt điện chạy vù vù, thực sự là phép màu. Biết đâu nó sẽ kích hoạt sức mạnh siêu nhiên nào đó trong tôi?

Thật may mắn, hai cái lỗ ổ điện quá nhỏ so với ngón chân, nên giờ tôi vẫn còn sống nhăn răng.

Tôi gọi đây là kỹ thuật "đặt tên mới", tức là bạn tự đặt những cái tên ngộ nghĩnh, kích thích sự tò mò cho những thứ đơn giản và quen thuộc với mọi người.

Không chỉ trong sách học, sách chia sẻ kinh nghiệm, mà bạn còn có thể ứng dụng trong sách truyện, tiểu thuyết.

Nếu bạn mở Bật Đèn, chương đầu, Chòm Sao Đại Bàng, bạn sẽ thấy có một đoạn tôi viết về suy nghĩ của cô em gái Nata với ông anh trai nghịch ngợm Napa như thế này:

Anh Napa chăm chú nhìn 'chòm sao 57' mới được phát hiện, như thể đây là lần đầu anh ấy biết tới sự tồn tại của con số ấy. Cũng phải thôi, anh Napa bị 'mù số' mà, phải chật vật lắm, anh ấy mới tốt nghiệp được mẫu giáo, việc đếm thành thục từ 1 tới 10 đã là kỳ tích rồi!

Cô bé này đã nghĩ ra một thuật ngữ mới để gọi tình trạng của ông anh trai là "mù số". Một khái niệm được phát triển từ "mù chữ". Ví dụ này cũng có yếu tố "đi bước nữa".

5) So sánh phóng đại

Bạn còn nhớ câu chuyện tôi kể về anh chàng béo dễ thương với năng khiếu hài hước ở đầu sách chứ?

Thật ra câu chuyện về anh ấy cũng xuất hiện trong cuốn sách TNT - Bí Quyết Thuyết Trình Từ Nhà Vô Địch của tôi. Tôi đã sử dụng nghệ thuật "đuổi từ bắt chữ" với so sánh liên tưởng, trước lúc anh ta trả lời, bạn còn nhớ không?

"Này anh," tôi hỏi. *"Tại sao anh có thể nghĩ ra những câu nói hài hước như thế?"*

Nếu đừng đó cùng tôi, đảm bảo bạn sẽ bật cười vì gương mặt ngu ngơ của ảnh, **như thể** *câu hỏi của tôi đã* **chạm tới một cái hố đen nào đó trong não, hút sạch mọi ý tưởng của anh ta.**

Bạn thấy chứ, đây là kỹ thuật "so sánh ấn tượng", hay được bắt đầu bằng những cụm từ "như thể...", "giống như là..." kèm với một liên tưởng không giới hạn của bạn.

6) Nói ngược

Đây là một câu chuyện ở đầu sách Lướt Sóng Trì Hoãn, nơi tôi phân tích lợi hại mà trì hoãn mang lại.

Nhìn đề tài tiểu luận, anh ấy rất tự tin vào khả năng của mình. "Chuyện nhỏ, sẽ xong sớm thôi!"

4 tuần sau...

"Trời đất!" anh bàng hoàng thốt lên, như mới tỉnh khỏi một giấc mộng đẹp. "Mấy tuần rồi mình đã làm gì thế? Sao mới xong có phần mở đầu!?!"

*Bạn thấy đấy, **siêu năng lực đầu tiên của trì hoãn** là giúp bạn... du hành thời gian. Giống như khi bạn say đắm bên ai đó, thời gian trôi nhanh vù vù, và trì hoãn cũng vậy. Ngoài ra, nó còn mang lại một siêu năng lực nữa...*

Đây thực ra là kết hợp giữa kỹ thuật "đặt tên mới" và chiến thuật "nói ngược". Tôi đã đưa ra một ý tưởng lạ, đó là trì hoãn cũng có lợi ích, và gọi tên nó là một dạng "siêu năng lực".

Nếu đọc hết sách của Fususu (hoặc đọc lại), bạn sẽ thấy bất cứ chỗ nào có cơ hội, là tôi lại sử dụng các chiến thuật "đuổi từ bắt chữ" này một cách khá linh hoạt!

Luyện tập đuổi từ bắt chữ

Một điều thú vị của bí quyết này, là bạn không nhất thiết phải cài và kích giống các bí quyết ở phần trước.

Tại sao?

Vì mục đích không phải là để độc giả cười, mà là kích thích bộ não bằng những so sánh liên tưởng thú vị, còn cười hay không là hệ quả.

Đó là lý do tôi nói kỹ thuật này khá an toàn, và được hầu hết các nhà văn sử dụng trong sách của họ. Tôi hay chia sẻ với học viên khóa viết sách của mình rằng:

> Lý thuyết khô khan, độc giả khát nước.

Vì thế, bạn sẽ thấy kỹ thuật này có mặt ở hầu hết các sách của Fususu, và nhiều học viên viết sách của tôi cũng đều nỗ lực áp dụng nó.

Chẳng hạn, trong cuốn sách Cuộc Cách Mạng Một Quả Chuối (đồng tác giả Giang Rita) nói về khoa học dinh dưỡng mới ra mắt gần đây, để tạo sự hứng thú cho độc giả với chủ đề khô khan ấy, tôi đã đặt tên chương đầu không phải là "Lời Mở Đầu" như nhiều sách khác, mà là Lời Mở Cửa.

Hay trong cuốn Học Ở Tây Với Phí Rất Ta, tác giả Huyền LD đã áp dụng xuất sắc kỹ thuật này khi kể lại kỷ niệm mình sang Singapore để làm quản lý, nhưng cuối cùng lại chỉ được làm nhân viên quèn, hàng ngày nghe tiếng chửi của ông chủ Lão Đại.

"I kick you home!"

Đó là câu quát tôi nhớ mãi từ Lão Đại, ông chủ to béo người Hoa, giọng tiếng Anh ngữ pháp sai tùm lum mà vẫn đe nẹt, với ánh mắt khinh khỉnh nhìn tôi.

Sút tôi về Việt Nam? Tôi ước ông ta thực sự đã làm được như vậy, thì tôi đã không phải tốn vé máy bay chiều về.

Trong đoạn trên, tác giả Huyền LD đã xuất sắc bắt chữ "kick" và "sút" để tạo ra một góc nhìn hài hước, thú vị cho kỷ niệm không thể đau đớn hơn của mình.

Cũng không giấu gì bạn, đuổi từ bắt chữ là một kỹ thuật rất linh hoạt, và không có một công thức chung nào cả, nên không có cách để luyện tập trực tiếp. Thế nên, tôi mới cho bạn xem rất nhiều ví dụ ở phần trước, và tổng kết lại với nhiều kỹ thuật khác nhau như vậy.

Tổng kết 6 kỹ thuật đuổi từ bắt chữ

1) Kỹ thuật đi bước nữa

Đừng dừng lại ở những từ phổ biến (trí não cá vàng), hãy đi xa hơn (trí não cá dát vàng hoặc cá voi chẳng hạn).

2) Kỹ thuật nhân hóa

Hãy cho những danh từ trừu tượng nói lên tiếng nói của mình bằng cách thêm "quý ngài", "quý cô", v.v... vào trước. Vị thần Hài Hước rất thích điều này.

3) Kỹ thuật tách từ liên tưởng

Bạn có thể định nghĩa lại một từ nào bằng cách tách nó ra làm hai từ. Bạn còn nhớ "phao câu" chứ? Một loại "phao" để "câu" kiến thức...

4) Kỹ thuật đặt tên mới

Đặt ra những cái tên mới cho những thứ đã cũ và phổ biến, sẽ giúp kích thích bộ não của mọi người.

5) Kỹ thuật so sánh phóng đại

Đừng ngại sử dụng kỹ thuật này nhiều lần, nếu đọc Harry Potter, bạn sẽ thấy J.K Rowling sử dụng thủ pháp này rất nhiều.

6) Kỹ thuật nói ngược

Bạn đã gặp ai nói chuyện nhạt nhẽo và thiếu muối chưa? Theo bạn, thì họ có vai trò tích cực nào?

Theo tôi, họ làm cho cuộc sống trở nên sinh động hơn. Hãy tưởng tượng bữa tiệc toàn món kho, và không có một món canh nào để cân bằng lại mà xem!

Để đuổi từ bắt chữ tốt, hay đưa ra những cách "chơi chữ" tuyệt đỉnh kungfu, hoặc những liên tưởng độc đáo, bạn có thể luyện tập gián tiếp thông qua 2 kỹ năng sau đây:

1) Luyện tư duy ngôn ngữ

2) Luyện khả năng sáng tạo

Nhiều người tin rằng hai thứ trên phần lớn tới từ năng khiếu. Có thể, nhưng tôi tin rằng để thành thục chúng, thì phần lớn là do dày công rèn luyện.

Luyện tư duy ngôn ngữ

Từ những năm 2012, hầu như ngày nào tôi cũng tìm đọc những câu nói hay, và đăng lên trên Facebook.

Việc này không chỉ giúp tôi sở hữu Fanpage Fususu hơn 40.000 lượt theo dõi (với 0 đồng quảng cáo), mà còn giúp tôi tăng khả năng ngôn ngữ lên đáng kể.

Đồng thời, tôi cũng tạo ra bộ sản phẩm Hòm Kho Báu huyền thoại, gồm hàng trăm câu nói truyền cảm hứng với lối chơi chữ ấn tượng, đã bán cả ngàn bộ trên Tiki.

Bạn có thể xem các bức ảnh này hoàn toàn miễn phí để luyện tư duy ngôn ngữ. Đơn giản là quét mã QR bên dưới, mỗi ngày bạn có thể nhận một tấm ảnh thú vị qua Messenger.

fususu.com/qrhh-susucard

Bật mí: Ngay sau khi nhận ảnh, bạn có thể bấm tiếp một lần nữa và sẽ thấy một câu nói khá thú vị của tôi, để cho những người có ý định "spam", lấy ảnh liên tục.

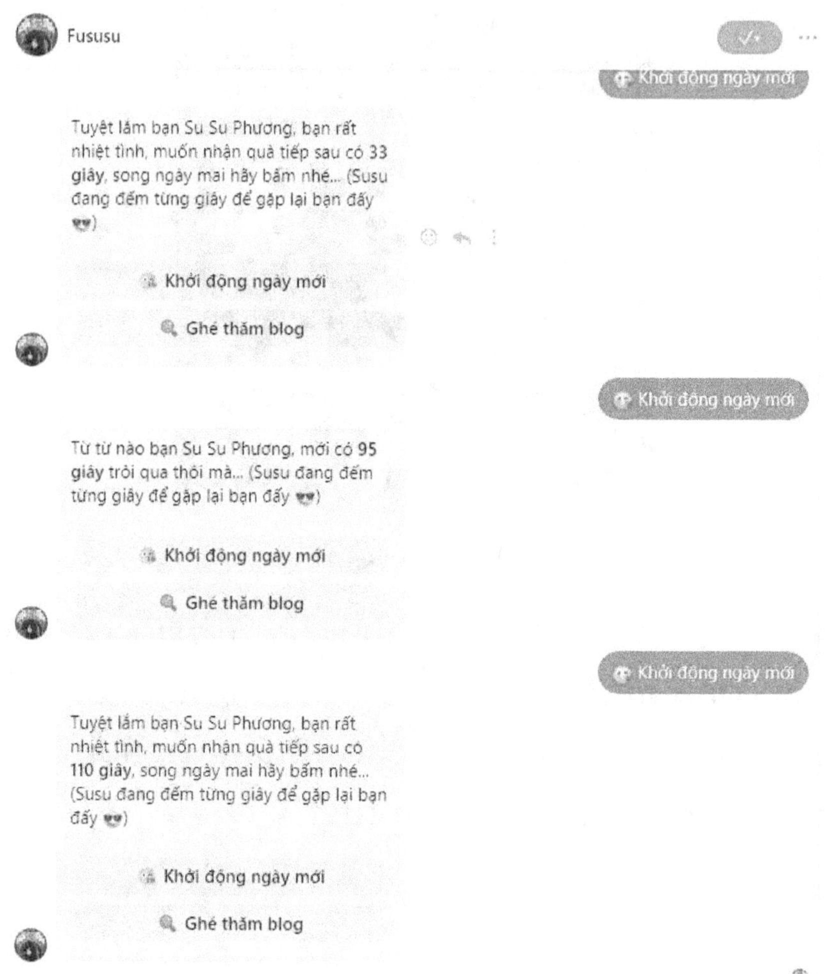

Thông thường các nơi khác có thể ghi là "Để nhận ảnh mới, bạn cần đợi 24h", nhưng tôi đã cho hệ thống đếm từng giây, và nhắn độc giả: Tôi đang đếm từng giây để gặp lại bạn. Nhiều bạn đã cười khi đọc được tin nhắn ấy.

Dưới đây là các gợi ý giúp bạn rèn luyện tư duy ngôn ngữ:

1) Tìm đọc những câu nói hay

Những câu nói, những bài thơ, thậm chí lời bài hát không chỉ giàu hình ảnh, mà thường cũng vần điệu. Hãy đọc kỹ chúng và để ý cách tác giả "múa" với những con chữ của họ.

2) Chơi các trò chơi ngôn ngữ

Giải ô chữ, hay giải những câu đố mẹo liên quan tới ngôn ngữ, đặc biệt là game đuổi hình bắt chữ sẽ giúp bạn vừa có những giây phút sảng khoái, vừa rèn luyện tư duy ngôn ngữ.

3) Đọc kỹ lại những cuốn sách bạn thích

Việc đọc lần đầu tiên thường dừng lại ở mục đích giải trí. Còn khi bạn đọc lại, đọc nhiều lần, và để ý cách sử dụng ngôn từ của tác giả là bạn đang cho bộ não một cơ hội học hỏi tuyệt vời.

4) Tìm hiểu các hiện tượng ngôn ngữ

Bạn có để ý cách gọi tên các nước của chúng ta thật lạ không?

Ví dụ Norway là Na-uy thì theo phiên âm cũng dễ hiểu. Thế tại sao France lại là Pháp, Germany lại là Đức. Những từ như "Pháp" hay "Đức" có nghĩa gì?

Hãy tìm hiểu các hiện tượng ngôn ngữ phổ biến, mà ít người để ý như vậy. Bạn sẽ nâng cao trình độ ngôn ngữ của mình rất nhanh.

5) Thử học một ngôn ngữ lập trình

Dù lập trình không trực tiếp liên quan đến ngôn ngữ tự nhiên, nhưng nó cũng đòi hỏi tư duy logic và cấu trúc.

Bạn có thể thử học một ngôn ngữ lập trình đơn giản có tính ứng dụng cao như HTML, Javascript, có thể giúp bạn tạo ra trang web của riêng mình sau này.

Cá nhân tôi rất đam mê lập trình, và có lẽ nhờ thế mà tác giả Hưng Tươi luôn nói với tôi rằng, "Phương có khả năng cấu trúc, và khiến các ý trong sách trở nên logic."

6) Mạnh dạn đưa ra ý kiến thảo luận

Thảo luận nhóm về một chủ đề là một cơ hội tuyệt vời để bạn sử dụng kho ngôn từ mình đang có, để thể hiện ý kiến của mình. Qua đó, bạn không chỉ tự tin hơn khi thể hiện ý kiến, mà còn có thể sử dụng ngôn ngữ một cách linh hoạt hơn.

7) Luyện dịch

Bạn có thể chọn một câu nói hay, một trích đoạn sách mình thích, hoặc một bài hát để dịch sang tiếng Việt, rồi có thể so sánh với các cách dịch khác.

Điều này không chỉ giúp bạn mở rộng vốn từ, mà còn giúp bạn hiểu rõ hơn về cấu trúc ngôn ngữ và cách sử dụng ngôn từ linh hoạt để biểu đạt cùng một ý tưởng.

Luyện khả năng sáng tạo

Có rất nhiều cách để bạn rèn luyện sự sáng tạo, như chơi trò chơi, làm những việc mới mẻ, v.v... Cá nhân tôi thì tin rằng, con đường nhanh nhất (và thú vị nhất) là bạn luyện siêu trí nhớ.

Nghe thật lạ, trí nhớ liên quan gì tới sáng tạo?

Vì đơn giản là để nhớ nhanh, nhớ lâu, bạn cần tạo ra những liên kết độc đáo, mới lạ, để lại ấn tượng mạnh mẽ với bộ não.

Chẳng hạn, đi trên đường mà nhìn thấy một biển số xe 3656, ngay lập tức trong đầu tôi sẽ hiện ra hai hình ảnh trong sách Numagician là chú heo 36 và cái phao cứu sinh 56.

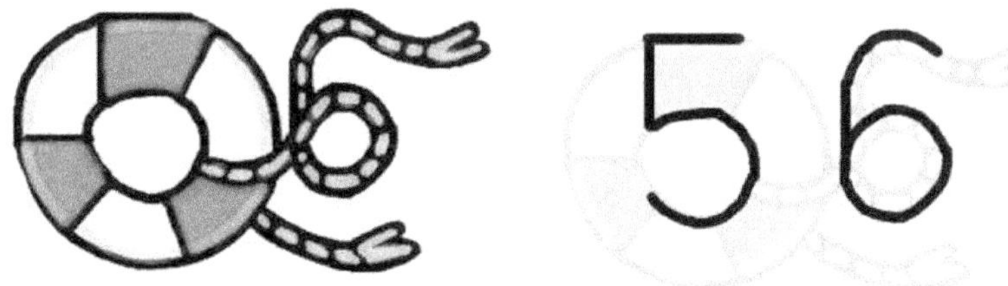

Ngay sau đó, tôi sẽ thử tìm mối liên hệ giữa hai hình ảnh này, và tạo ra một hình ảnh nào đó sống động. Chẳng hạn một chú heo đang tập bơi với cái phao, hoặc sáng tạo hơn là tôi đang tập bơi với một cái phao hình chú heo.

Bằng cách này, tôi không chỉ nhớ ngay con số đó, mà còn kích thích khả năng sáng tạo của mình, mỗi ngày. Và nói thật là, nhiều khi những hình ảnh mới tôi tạo ra trên đường, đã khiến tôi bật cười sung sướng!

Đây cũng chỉ là một ứng dụng nhỏ trong sách Numagician, giúp bạn rèn luyện trí nhớ qua các con số, và sau đó sử dụng chúng để ghi nhớ mọi thứ trong cuộc sống với phương pháp móc treo trí nhớ.

Sau một thời gian rèn luyện, đặc biệt là tham gia hành trình chinh phục đỉnh Pi mà tôi tặng ở cuối sách Numagician, khả năng sáng tạo của bạn không "thăng hạng" mới là chuyện lạ.

Một hòn đá trúng ba con chim, bạn sẽ:

★ Vừa sáng tạo hơn

★ Vừa nhớ tốt hơn

★ Lại hài hước hơn

Hãy thử ngay nhé!

Một lưu ý quan trọng:

Nếu bạn gặp khó khăn trong việc tạo ra những câu chuyện ngộ nghĩnh sáng tạo, thì không phải là bạn không có năng khiếu. Mà đơn giản là vì bộ não của bạn chưa tiếp xúc đủ nhiều với những liên kết sáng tạo ngộ nghĩnh như thế mà thôi.

Do đó, cách đơn giản nhất là bạn cứ luyện tập nhiều, hoặc đơn giản hơn nữa là bạn đọc thật nhiều những câu chuyện cho trẻ em, nơi mọi thứ đều có thể xảy ra.

Đấy cũng chính là lý do mà bên cạnh viết sách chia sẻ kỹ năng cho người lớn, tôi cũng viết khá nhiều sách truyện ngộ nghĩnh:

- Bật Đèn: Một cuốn tiểu thuyết nói về một cô bé uống thuốc để ngủ ngon, nhưng lại thức dậy ở thế giới khác.
- Tuyển tập truyện ngắn về những con số: Numagician - Con Số Ảo Thuật Và Những Chuyện Chưa Kể.
- Tuyển tập truyện siêu ngắn về các con số: Numagician - Đánh Thức Họa Sĩ Sáng Tạo Trong Bạn.
- Tuyển tập truyện ngắn về những con chữ: Almagician - Con Chữ Ảo Thuật Và Những Chuyện Chưa Kể.

Có thể bạn nghĩ, "Kỹ thuật này chỉ áp dụng cho viết lách thôi sao?"

Không hẳn, khi bạn luyện đủ nhiều, bạn có thể linh hoạt áp dụng đuổi từ bắt chữ trong giao tiếp và thuyết trình nữa!

Cái đinh và cây búa

Tôi còn nhớ trong một buổi sinh hoạt ở câu lạc bộ LEOGO Toastmasters tại Đà Nẵng, tôi đảm nhận vai trò là người đánh giá cho một chị có bài thuyết trình chuẩn bị trước.

Chị ấy đã có một bài thuyết trình rất hay với cấu trúc vô cùng rõ ràng gồm 4 ý chính, và đặc biệt tôi để ý kèm theo mỗi ý chị nói đều có ví dụ rất sinh động. Khi thì là câu chuyện, khi thì là câu nói hay, khi thì là câu hỏi, khi thì là một trải nghiệm độc đáo.

Sau đó đến phần mình, bạn biết tôi đã mở màn bài đánh giá của mình thế nào không?

"Bạn có biết thần Thor không?" tôi nói. "Anh chàng quyền năng trong phim Marvel với cây búa to bự ấy. Tôi nghĩ ngày hôm nay, chúng ta đã được gặp vợ của ngài."

(Mọi người cười với ánh mắt tò mò).

Tôi nói tiếp, "Nếu ví mỗi thông điệp giống như một cái đinh, và ví dụ minh họa kèm theo giống như chiếc búa, thì ngày hôm nay người thuyết trình của chúng ta đã rất xuất sắc. Chị đã lần lượt đã đóng 4 chiếc đinh thông điệp trong đầu của chúng ta. Mà còn nhớ đó là gì không?"

Sau đó khán giả gật gù, và nói lại 4 ý chính trong bài nói của chị chuẩn xác luôn. Và tất nhiên là, hài hước rước thành công, hôm đó tôi đã ẵm giải thưởng dành cho người đánh giá xuất sắc nhất.

Rồi gần đây nhất, tháng 7/2024, với vai trò là Area Director (giám đốc khu vực), tôi có ghé thăm câu lạc bộ LEOGO Toastmasters một lần nữa. Tới khúc cuối có một phần vinh danh ban điều hành cũ, và chào mừng ban điều hành mới. Tôi đã đọc tên từng người, và vai trò của họ trong nhiệm kỳ mới.

Thông thường thì mọi người chỉ hay chú ý tới các vai trò quan trọng như chủ tịch, phó chủ tịch, v.v... và quên mất rằng nhiều vai trò khác cũng rất quan trọng. Thế nên, sau khi đọc tên và vai trò của bạn thư ký (Secretary) tôi đã nói: "Đây là một vai trò rất quan trọng đấy nhé, các bạn hãy đối xử với bạn ấy thật tử tế," tôi nói và chỉ vào chữ Secret. "Vì bạn ấy nắm giữ rất nhiều bí mật của CLB..."

Cả khán phòng đã cười rộ lên.

Lúc cuối giờ, anh chủ tịch tiền nhiệm—kiêm sáng lập CLB—có tới vỗ vai tôi và nói, "Hôm nay hay quá, có Fususu ghé thăm là câu lạc bộ xôm hơn hẳn. Hôm nào lại tới tiếp nhé!"

Bạn thấy đấy, khi rèn luyện "đuổi từ bắt chữ" thường xuyên, bạn sẽ không chỉ tạo ra sự ngạc nhiên cho độc giả, mà còn cả những khán giả nữa, phải không nào?

BÍ QUYẾT #6
CHUẨN BỊ TRƯỚC

Đã bao giờ bạn định trình bày thứ gì đó, nhưng mọi sự lại diễn ra khác với dự kiến? Lúc đó bạn sẽ làm gì?

Chẳng hạn khi soạn nội dung cho phần mở bài của một buổi chia sẻ về chủ đề viết sách, tôi định nói:

"Hãy bắt đầu bằng một câu đố. Theo bạn đâu là nơi có nhiều cuốn sách hay nhất, nhưng chưa từng được xuất bản?"

Theo kế hoạch, khán giả sẽ nói lên một vài ý tưởng, sau đó tôi sẽ đưa ra đáp án và giải thích, rồi dẫn vào bài nói của mình.

"Cám ơn bạn vì những ý tưởng, đáp án của tôi là.... nghĩa địa, bởi vì..."

Mọi thứ sẽ thật hoàn hảo nếu kế hoạch đó diễn ra đúng thư thế. Tuy vậy, điều gì xảy ra nếu như sau khi đặt câu hỏi mà khán giả im lặng? Hoặc có khán giả nào đó nói đúng câu trả lời mình đã chuẩn bị?

Nếu có một điều quý giá mà tôi học hỏi được từ các nhà vô địch thuyết trình, thì đó là sức mạnh của sự chuẩn bị.

Chuẩn bị trước, bước sẽ qua!

Các nhà vô địch luôn chuẩn bị sẵn cho những tình huống có thể xảy ra, biến nó thành một phần của bài nói, thậm chí tạo ra những tiếng cười. Bí quyết này giúp họ không chỉ tự tin hơn, mà còn tự nhiên hơn.

Chẳng hạn, trong nội dung trên, tôi sẽ lường trước những tình huống có thể xảy ra, và nghĩ trước phương án hồi đáp.

1) Nếu khán giả im lặng, tôi sẽ nói:

"Một bầu không khí thật tĩnh lặng. Có lẽ câu trả lời đã làm bạn rùng mình. Vâng, đáp án là... nghĩa địa. Vì sao?"

2) Nếu có khán giả nói đúng đáp án tôi đã chuẩn bị là "nghĩa địa", tôi sẽ nói:

"Thật tuyệt. Sao bạn biết? Bạn đã đào được cuốn sách nào đó ở ngoài đấy ư? (khán giả cười). Vâng, đúng vậy. Vì sao?"

3) Một *đáp án khác lạ nào đó?*

Trong trường hợp khán giả nói lên những đáp án khác, tôi sẽ cảm ơn, kêu gọi vỗ tay, và tiếp tục bài nói theo kế hoạch.

Đặc biệt, nếu khán giả có những đáp án khác lạ (mà gây cười), tôi sẽ lưu ý lại. Để lần thuyết trình tiếp theo, tôi có thể khuấy động không khí bằng cách chia sẻ chính đáp án gây cười lần trước.

Khi ấy, bạn có thể tưởng tượng buổi thuyết trình sẽ mở đầu như sau:

"Hãy bắt đầu bằng một câu đố," tôi nói. *"Theo bạn đâu là nơi có nhiều cuốn sách hay nhất, mà chưa từng được xuất bản?"*

"Nhà xuất bản ạ?" một khán giả nói.

"Cũng đúng," tôi đáp. *"Đúng là trong nhà kho của các NXB có khá nhiều bản thảo chưa được xét duyệt. Còn gì nữa không?"*

(khán giả im lặng)

Tôi nói tiếp, "Lần trước có bạn còn nói đáp án là... gầm giường nhà em."

(khán giả cười)

"À," *tôi giải thích.* "Là vì bạn ấy từng tình cờ tìm được một lô thư tình của bố ngày xưa gửi mẹ ở trong đó."

(khán giả cười to hơn)

Bạn thấy đấy, sức mạnh của sự chuẩn bị trước thật tuyệt đúng không?

Bạn sẽ không chỉ khiến khán giả cười một cách tự nhiên, mà còn có thể tận dụng sự hài hước của những tình huống đã xảy ra trước đây, do chính khán giả đóng góp, để giúp bài nói trở nên phong phú.

Kỹ thuật chuẩn bị hồi đáp

Bí quyết này thường được áp dụng trong thuyết trình để tăng sự tương tác, cũng như tạo cơ hội "khai quật tiếng cười" ngay trong khán phòng.

Đơn giản là với mỗi câu hỏi bạn đặt cho khán giả, bạn cần chuẩn bị sẵn ít nhất 3 phương án:

1) Hồi đáp khi khán giả im lặng

Thường là bạn lấy một ý tưởng từ các lần chia sẻ trước đây, hoặc chuẩn bị sẵn một vài ý tưởng nào đó để làm ví dụ, gợi ý.

2) Hồi đáp khi khán giả nói đúng ý bạn

Thường là cảm ơn, vỗ tay, và đưa ra một bình luận hóm hỉnh mà bạn đã chuẩn bị từ trước.

3) Hồi đáp khi khán giả có ý kiến khác lạ

Thường là cảm ơn, vỗ tay, nếu ý tưởng của họ gây cười. Hoặc bạn cũng có thể linh hoạt đưa ra những bình luận hóm hỉnh nếu bạn nghĩ ra ngay lúc đó.

Thực hành chuẩn bị hồi đáp

Giả sử là bạn đang chuẩn bị cho các bài thuyết trình với câu hỏi dưới đây. Hãy thử lường trước các tình huống có thể xảy ra, chuẩn bị phương án hồi đáp, và so sánh với tôi.

Lưu ý: Thường sẽ khó để khai quật hài hước trong khi ứng biến với các câu trả lời bất ngờ. Nên mục tiêu chính là bạn tự tin đối đáp lại, còn tiếng cười nếu có thì tốt, không có cũng không sao bạn nhé.

1) Bài thuyết trình về tâm lý học

Câu hỏi: "Bạn nghĩ gì về những người luôn miệng nói rằng họ không thể sống thiếu điện thoại di động?"

Nếu họ im lặng, bạn sẽ nói gì?

Fususu: "Im lặng quá, có lẽ là họ đang gửi tin nhắn cho ai đó ngay bây giờ!"

Nếu họ nói đúng ý bạn bên trên thì sao?

Fususu: "Họ sẽ nhắn gì? Smartphone ơi, hôm nay bạn khỏe không?"

Nếu họ có ý tưởng khác, bạn sẽ nói gì?

Ví dụ họ nói: "Ối, vợ tôi đấy!"

Tôi: "Chúc mừng, vì vợ bạn vẫn chưa quyết định tổ chức lễ cưới với điện thoại."

2) Bài thuyết trình về nghệ thuật

Câu hỏi: "Bạn có nghĩ rằng Picasso là họa sĩ vĩ đại nhất mọi thời đại không?"

Nếu họ im lặng, bạn sẽ nói gì?

Fususu: "Có lẽ họ đang mải mê ngắm nhìn những bức tranh của Picasso! Và tôi tự hỏi không biết cảnh tôi đang đứng trên sân khấu này, có nằm trong tranh không."

Thế còn khi khán giả đồng tình?

Fususu: "Tuyệt vời, chúng ta có thể mở một phòng tranh Picasso ngay tại đây!"

Nếu họ có ý tưởng khác, bạn sẽ nói gì?

Ví dụ họ nói: "Không, tôi nghĩ là... bố tôi!"

Fususu: "Chúc mừng, lần tới bạn hãy mang tranh của bố bạn tới đây, chúng ta có thể tổ chức bán đấu giá."

3) Bài thuyết trình về công nghệ

Câu hỏi: "Bạn có lo nghĩ rằng AI sẽ thay thế con người trong tương lai không?"

Nếu họ im lặng, bạn sẽ nói gì?

Fususu: "Wow, nhiều ánh mắt nhìn tôi như muốn hỏi: Liệu người đang đứng nói đây có phải là AI không?"

Thế còn khi khán giả đồng tình?

Fususu: "Nếu nó diễn ra thì tuyệt quá. Chúng ta sẽ được về hưu sớm, phải không nào?"

Nếu họ có ý tưởng khác, bạn sẽ nói gì?

Ví dụ họ nói: "Không đời nào!"

Fususu: "Đúng. Thật ra, AI sẽ không thể thay thế những người không thể bị thay thế. Họ là ai?"

4) Bài thuyết trình về kinh doanh

Câu hỏi: "Bạn có nghĩ rằng khách hàng là luôn đúng không?"

Nếu họ im lặng, bạn sẽ nói gì?

Fususu: "Có lẽ bạn đang nghĩ về những lần mình không đúng?"

Thế còn khi khán giả đồng tình?

Fususu: "Tuyệt vời, chúng ta có thể mở một doanh nghiệp với khách hàng là CEO, và sẽ luôn tăng trưởng!"

Nếu họ có ý tưởng khác, bạn sẽ nói gì?

Ví dụ họ nói: "Không, tôi mới đúng."

Fususu: "Vậy, chắc là chúng ta cần mở một công ty mà bạn là khách hàng."

5) Bài thuyết trình về nấu ăn

Câu hỏi: "Bạn có nghĩ rằng việc nấu ăn là một hình thức nghệ thuật không?"

Nếu họ im lặng, bạn sẽ nói gì?

Fususu: "Có bạn nhìn tôi như tự hỏi: Liệu mì gói có tính là nấu ăn?"

Thế còn khi khán giả đồng tình?

Fususu: "Tuyệt vời, có vẻ như chúng ta có rất nhiều nghệ sĩ ở đây."

Nếu họ có ý tưởng khác, bạn sẽ nói gì?

Ví dụ họ nói: "Không hẳn..."

Fususu: "Chính xác. Tôi nghĩ nấu ăn chỉ là nghệ thuật, khi người nấu là nghệ sĩ, chứ tôi không đảm bảo điều ngược lại..."

6) Bài thuyết trình về thể thao

Câu hỏi: "Bạn có nghĩ rằng thể thao là một cách tốt để xây dựng tinh thần đồng đội không?"

Nếu họ im lặng, bạn sẽ nói gì?

Fususu: "Có lẽ bạn đang bận nghĩ về những lần đá bóng mà không ai chuyền bóng cho mình?"

Thế còn khi khán giả đồng tình?

Fususu: "Tuyệt vời, các bạn quả là đoàn kết. Có lẽ ngồi văn phòng thi nhau gõ phím, cũng là một môn thể thao chăng?"

Nếu họ có ý tưởng khác, bạn sẽ nói gì?

Ví dụ họ nói: "Còn tùy môn nào..."

Fususu: "Ồ, có môn thể thao nào đó làm giảm tinh thần đồng đội ư?"

7) Bài thuyết trình về dinh dưỡng

Câu hỏi: "Bạn có nghĩ việc ăn thuần chay có thể góp phần cải thiện sức khỏe?"

Nếu họ im lặng, bạn sẽ nói gì?

Fususu: "Có lẽ nhiều người đang nghĩ về bữa tối hôm qua liệu có bao nhiêu phần trăm là rau..."

Thế còn khi khán giả đồng tình?

Fususu: "Điều đó làm tôi luôn tự hỏi sao ngày xưa ốm, mọi người cứ dặn phải ăn thịt vào mới khỏe nhỉ?"

Nếu họ có ý tưởng khác, bạn sẽ nói gì?

Ví dụ họ nói: "Hổ ăn thịt, nó siêu khỏe!"

Fususu: "Vâng, đúng rồi. Nhưng bạn nghĩ sao về những loài khỏe hơn cả hổ như trâu bò, voi, chúng ăn gì thế?"

Bạn thấy đấy, chìa khóa của bí quyết hài hước tự nhiên này nằm ở sự tương tác với khán giả. Cách tốt nhất để thành thạo, là bạn áp dụng nó vào thực tế càng nhiều càng tốt.

★ Lần thuyết trình sắp tới, bạn định hỏi khán giả câu nào?

★ Họ có thể có những câu trả lời nào?

★ Bạn sẽ hồi đáp ra sao với mỗi câu trả lời đó cho dí dỏm?

Bạn càng chuẩn bị trước, bạn sẽ càng tự tin, và mọi thứ sẽ càng suôn sẻ.

Có thể bạn nghĩ, "Nhưng tôi đâu có nhiều cơ hội lên sân khấu như vậy?"

Vậy thì bạn có thể tự tạo một sân khấu ở nhà, với bạn chính là khán giả. Còn trên màn hình là một bài nói nào đó của bạn.

Hãy mua bỏng ngô, và thưởng thức nhé!

Sau đó, bạn hãy để ý những khúc bạn hỏi khán giả, và ai đó dưới sân khấu đã có thể nói gì đó hay ho, mà thường chúng ta sẽ không để ý vì quá mải nói. Tin tôi đi, nếu hay ghi âm hoặc ghi hình bài nói của mình, bạn sẽ phát hiện ra mình có cả một gia tài kho báu hài hước đấy!

Song dù sao đi nữa, thì việc có một môi trường rèn luyện tích cực vẫn là hiệu quả nhất. Tôi khuyến nghị bạn nên tìm hiểu về Toastmasters, một môi trường rèn luyện kỹ năng giao tiếp lãnh đạo uy tín, và có tầm quốc tế. Bản thân tôi cũng lập hẳn câu lạc bộ Vita Toastmasters cho hội tác giả, để giúp họ rèn luyện kỹ năng thuyết trình, và "mài giũa" những câu chuyện mình định kể.

vita.toastmastersvn.com

Hãy áp dụng thường xuyên, bạn sẽ không chỉ biến bài thuyết trình đó trở nên cuốn hút hơn, mà khán giả còn cảm thấy bài nói của bạn độc đáo, tự nhiên, y như là chỉ dành riêng cho họ vậy!

Viết lách thì sao?

Nếu bạn coi mỗi bài viết cũng giống như một cuộc trò chuyện với độc giả, thì bạn hoàn toàn có thể áp dụng bí quyết này để tạo ra những phần mở bài thu hút.

Chẳng hạn:

Theo bạn, điều gì tạo ra một người đàn ông?

Trí tuệ của anh ta?

Khoảng cách từ đỉnh đầu tới bầu trời?

Câu trả lời: bố mẹ anh ta.

Thế đấy, cuộc sống vốn đơn giản, chúng ta không cần phải làm phức tạp hóa vấn đề...

Một ví dụ khác:

Bạn sẽ làm gì nếu tự nhiên nhặt được 1 triệu đô?

Bạn sẽ đi du lịch nơi nào tuyệt vời?

Bạn sẽ mua món đồ nào mình yêu thích?

Thật ra, điều quan trọng bạn nên làm đầu tiên là báo cảnh sát, nếu không muốn những rắc rối sau này.

Thế đấy, nhiều khi vì muốn làm những điều mình muốn, mà chúng ta hay quên mất những điều quan trọng cần làm... hãy cùng khám phá chủ đề "Nghệ thuật ra quyết định: Phân biệt giữa muốn và cần."

Nếu để ý, bạn sẽ thấy đây cũng là một ứng dụng của nguyên tắc "cài cài kích" ở phần trước, hoặc bạn cũng có thể gọi với tên khác là "dẫn dắt bất ngờ".

Đơn giản là bạn đặt ra một câu hỏi, và tự đưa ra những câu trả lời, và câu trả lời thứ ba thường là một ý tưởng bất ngờ. Rồi sau đó, bạn mới dẫn vào chủ đề mình muốn nói.

Có thể bạn nghĩ, "Ôi khó quá! Làm sao tôi nghĩ ra được những câu trả lời hay ho?"

Đừng lo, bạn không cần phải ho nhiều để trở nên "hay ho" đâu, bạn có thể áp dụng 3 bước đơn giản dưới đây.

3 bước dẫn dắt bất ngờ

Nếu để ý kỹ hai ví dụ trên, bạn sẽ thấy câu trả lời vốn dĩ rất đơn giản. Sự hài hước được tạo ra là nhờ hai câu cài trước đó, để khiến bộ não suy nghĩ tới thứ gì đó nghiêm trọng hơn.

Bước #1) Lựa chọn một câu hỏi đơn giản.

Ví dụ: Theo bạn, bầu trời có màu gì?

Bước #2) Đưa ra ít nhất 2 câu trả lời mới lạ.

Nếu bạn nói bầu trời màu xanh. Tôi nghĩ bạn là người lạc quan tích cực.

Nếu bạn nói màu đen. Tôi nghĩ bạn là người thích sự bí hiểm của màn đêm.

Bước #3) Đưa ra câu trả lời đơn giản.

Thực tế, bầu trời không có màu.

Trong chương sách này, chúng ta sẽ bàn về chủ đề "lạc quan hay thực tế."

Hãy thử thực hành 3 bước trên, và so sánh với đáp án của tôi nhé!

Thực hành dẫn dắt bất ngờ

Với mỗi câu hỏi dưới đây, bạn hãy thử suy nghĩ tới 2 câu trả lời theo hướng cao siêu, phức tạp, mơ mộng, hoặc mới lạ... còn câu trả lời thứ ba thì càng đơn giản càng tốt, sau đó dẫn tới một chủ đề liên quan.

Sau khi tự làm, bạn có thể so sánh với đáp án của tôi. Hoặc nếu bạn chưa thấy nó hài hước lắm thì hãy thử xem bạn có thể làm cho chúng hài hước hơn không?

1) Có bao nhiêu giờ trong một ngày?

Câu trả lời 1:

Câu trả lời 2:

Câu trả lời khác biệt:

Ý tưởng tham khảo từ Fususu:

Nếu bạn đang cảm thấy rất vui vẻ hạnh phúc, câu trả lời có thể là 12 giờ.

Nếu bạn đang cảm thấy rất buồn, câu trả lời có thể là 36, thậm chí 72 giờ.

Đáp án là 24 giờ, vì dù bạn buồn hay vui, thì thực tế là thời gian vẫn cứ trôi. Nên thay vì quản lý thời gian, hãy học cách quản lý cảm xúc...

2) Bạn sẽ làm gì nếu bạn biết chính xác ngày mình chết?

Câu trả lời 1:

Câu trả lời 2:

Câu trả lời khác biệt:

Ý tưởng tham khảo

Bạn sẽ sống trọn vẹn từng khoảnh khắc còn lại và hoàn thành những ước mơ dang dở.

Hay là dành thời gian cho gia đình, trân trọng những điều nhỏ bé trong cuộc sống.

Sao không ai nghĩ tới việc... Mua thật nhiều bảo hiểm nhân thọ nhỉ?

Và khi bạn ra đi, những người ở lại sẽ khóc, rồi cười tươi rói với khối tài sản kếch xù bạn để lại cho họ. Vâng, hôm nay chúng ta sẽ nói tới chủ đề "Nghệ thuật để lại di sản"...

3) Tại sao mặt trời mọc ở phía Đông?

Câu trả lời 1:

Câu trả lời 2:

Câu trả lời khác biệt:

Ý tưởng tham khảo:

Có phải vì nhà của thượng đế ở hướng đó?

Hay là vì nếu mặt trời mọc từ phía Tây, thì người ta sẽ phải thay đổi hàng triệu cuốn sách giáo khoa, và việc này rất tốn kém?

Thực tế, mặt trời mọc từ phía đông do quỹ đạo quay của Trái Đất và chiều quay của hành tinh.

Bạn thấy đấy, đôi khi vấn đề không nằm ở đối tượng tạo ra vấn đề, mà nằm ở cách nhìn nhận của chúng ta...

4) Làm sao để quản lý tốt cảm xúc?

Câu trả lời 1:

Câu trả lời 2:

Câu trả lời khác biệt:

Ý tưởng tham khảo:

Có thể bạn đang nghĩ tới những nguyên tắc cao siêu...

Có thể bạn đang nghĩ tới những kỹ thuật thiền định...

Thực tế, chẳng ai thích bị quản lý cả. Cảm xúc cũng vậy. Ngày hôm nay, hãy cùng học cách làm bạn với cảm xúc...

5) Một ai đó dễ thương nói sẽ trao cho bạn cả trái tim, bạn sẽ phản ứng thế nào?

Câu trả lời 1:

Câu trả lời 2:

Câu trả lời khác biệt:

Ý tưởng tham khảo:

Bạn sẽ cảm thấy ngại ngùng, và không biết phải đáp ra sao?

Bạn cảm thấy thật tuyệt vời, và cũng sẽ trao lại trái tim của mình cho họ?

Hãy khoan, bạn nghĩ một bác sĩ phẫu thuật tim sẽ nói gì về điều này?

Hôm nay, chúng ta sẽ cùng tìm hiểu về chức năng, vai trò thực sự của trái tim.

6) Tại sao ai đó cười lại khi bạn mỉm cười với họ?

Câu trả lời 1:

Câu trả lời 2:

Câu trả lời khác biệt:

Ý tưởng tham khảo:

Có thể là vì họ thân thiện?

Hay vì đây là một thói quen của con người, đã được khoa học chứng minh.

Đáp án: Có thể là răng bạn dính thứ gì đó.

Vâng, ngày hôm nay chúng ta sẽ tìm hiểu về chủ đề sức khỏe răng miệng.

7) Nếu bạn được phép đưa một vật dụng lên thiên đường, bạn sẽ chọn gì?

Câu trả lời 1:

Câu trả lời 2:

Câu trả lời khác biệt:

Ý tưởng tham khảo:

Một bức ảnh gia đình để luôn được nhắc nhở về những người mình yêu thương?

Hay một cuốn nhật ký để giúp mình nhớ lại những gì đã xảy ra?

Tôi thì thích một chiếc máy bay, để có thể bay về nhà. Hôm nay chúng ta sẽ bàn tới chủ đề: Viễn vông và thực tế.

BÍ QUYẾT #7
HÀI RỒI HƯỚC

Cách vượt qua nỗi đau

Đợt đó tôi bị đau lưng, nên đã quyết định đi châm cứu. Khi đến nơi, tiệm đã đóng cửa. Theo gợi ý của một người bạn, tôi đã tìm tới mát xa trị liệu ở một cơ sở người mù.

Sau khi bước ra khỏi phòng xông hơi, tôi cảm thấy rất thoải mái. Đứng đó chờ tôi là một bạn kỹ thuật viên.

"Anh muốn mạnh hay nhẹ ạ?"

"Sao cũng được," tôi đáp. "Miễn là bạn cảm thấy tốt nhất."

Nếu ở đó cùng tôi, bạn sẽ không chỉ ngửi thấy mùi tinh dầu sả dịu mát, mà nghe thấy tiếng nhạc nền êm ái, tương phản hoàn toàn với cảnh bạn kỹ thuật viên nhảy lên người tôi và bắt đầu giẫm đạp. Cảm giác muốn bẹp cả ruột, tôi đã định thét lên, nhưng nghĩ có lẽ đây là cách "tốt nhất", nên đành cắn răng chịu đựng. Cuối cùng tôi cũng sống sót sau 60 phút, với... toàn thân ê ẩm.

"Thế nào," đứa bạn hỏi. "Hết đau lưng chưa?"

Tôi gật đầu và nói, "Hôm nay tôi được biết một cách để vượt qua nỗi đau, mà không cần phải đối diện với nó."

"Cách gì vậy?"

"À, đó là tìm tới một nỗi đau khác lớn hơn."

Đứa bạn tôi đã cười phá lên.

Quả thật là lúc ấy, cơn đau lưng của tôi đã bị lấn át hoàn toàn bởi cơn đau nhức toàn thân. Nhưng tôi vẫn cười vì bài học thú vị mà bạn kỹ thuật viên đã đem lại cho tôi về cách vượt qua nỗi đau.

Ngày hôm sau thức dậy, tự nhiên tôi cảm thấy sảng khoái vô cùng....

Giữ tinh thần hài hước

Bạn có biết điều thú vị nhất khi bạn trở thành một diễn giả nói trước công chúng, hoặc một tác giả là gì không?

Bạn sẽ được nổi tiếng?

Bạn sẽ được nhiều người yêu quý?

Đối với tôi thì là: Mọi rủi ro đều có thể trở thành những câu chuyện hay ho!

Nếu gặp chuyện không như ý, bạn có thể nghĩ đó là xui xẻo. Còn những nhà vô địch thuyết trình thì coi đó là một cơ hội khám phá bản thân, một mỏ vàng để khai quật hài hước. Họ đón nhận nó với thái độ tích cực, và biến nó thành một câu chuyện hay ho trên sân khấu.

Còn với một tác giả 5 sao, họ coi đó là một kho báu. Với họ, mỗi nỗi đau là một tài sản, sẽ giúp họ sinh lợi, giúp họ "đẻ" ra nhiều trang sách tuyệt vời sau này.

Giống như trong Chương 5 - Vết sẹo quá khứ, sách Kim Cương Hạnh Phúc, tác giả Việt Thủy Giang đã viết:

Tôi thấy mừng vì ngay lúc này, cuộc sống của tôi và chồng cũ đều có kết quả theo chiều hướng tích cực. Người cũ của tôi, hiện anh ấy đã tìm được niềm vui trong cuộc hôn nhân mới. Còn tôi cũng tìm thấy được tình yêu với chính bản thân mình. Vết hằn của nhẫn cưới trên ngón tay đã liền lại từ bao giờ mà tôi không hề hay biết. Còn vết sẹo trong tim ngày nào, giờ đã trở thành những trang sách ý nghĩa (hãy cùng cười với tôi nhé).

Bạn nhận ra điều gì sau câu chuyện của chị tôi và của tôi?

Còn tôi thì nhận ra: Nỗi đau nhờ thời gian đã lành lại nhưng chắc chắn sẽ để lại vết sẹo khó phai mờ. Hãy thay đổi góc nhìn của bạn: "Đó là một hình xăm đẹp và nhờ nó, tôi sẽ thật mạnh mẽ".

Hay trong sách Sắc Màu Phiêu Lưu Ký, ngay chương đầu tác giả Bằng Lăng Trúc viết:

Với những thành tích tốt đẹp ấy, tôi đã hào hứng bước vào kỳ thi đại học. Tôi miệt mài rong ruổi học bài thâu đêm suốt sáng như một người lính quyết bảo vệ thành trì cuối cùng, nơi chất chứa hy vọng của những người thân yêu nhất..

Trong 3 ngày thi ấy, tôi đã dốc toàn lực. Tôi cảm giác mình giống như một kỵ sĩ tiên phong trên con ngựa sắt bất khả chiến bại, xông pha trận mạc...

Và bạn biết đấy, tôi đã ngã ngựa.

😊 😄 😆 😂 🤣

Đó là một kỷ niệm đau đớn với chị Trúc, nhưng với lối viết sinh động, chị đã không chỉ chữa lành cho bản thân, mà còn tạo ra sự hứng thú để độc giả phiêu lưu hết cuốn sách hữu ích của chị nói về bí quyết du lịch nước ngoài giá rẻ mà trải nghiệm 5 sao.

Xu thế của con người là luôn tìm cách để tránh những nỗi đau, và hướng tới sự thoải mái. Do đó, người ta thường bị kích thích, thậm chí tỏ rất hào hứng với những bi kịch... của người khác.

Các hãng phim truyện, các đài truyền hình cũng lấy đó làm động lực để câu kéo sự chú ý của khán giả. Họ luôn muốn khán giả sau khi xem xong đều phải thở phào, "May mà nó không xảy ra với mình!"

Dù thế, tôi không khuyến khích bạn làm những chuyện ngờ nghệch để "kiếm chuyện" kể cho mọi người đâu nhé. Tôi không chịu trách nhiệm nếu bạn đã cố "săn lùng xui xẻo" như vậy!

Thay vào đó, hãy đơn giản là hãy tập thói quen tìm ra ý nghĩa tích cực (thậm chí hài hước), cho những chuyện không như ý đã xảy ra với mình là được. Từ đó, bạn rút ra một bài học hữu ích, hoặc một cách nào đó để khiến người khác vui cười khi bạn được hỏi về nó.

Đây chính là tinh thần "hài rồi hước", tức là bản thân bạn cảm thấy những điều xảy ra với mình—dù có tệ hại thế nào đi chăng nữa—cũng thú vị theo một cách nào đó. Nếu bạn cảm thấy vui khi nghĩ về chuyện gì đó, thì khả năng cao là khai quật được tiếng cười từ câu chuyện ấy.

Làm sao để luôn tích cực?

Bạn thấy gì trong bức tranh dưới đây?

Nếu bạn nhìn thấy mặt chú bé đang buồn, thì hãy thử lật ngược cuốn sách. Bạn sẽ thấy điều kì diệu đấy!

Bạn nhìn ra một cậu bé tươi cười chứ?

Mọi sự kiện trong cuộc sống cũng vậy, tùy vào bạn tập trung vào mặt nào, mà tâm trí bạn sẽ có những liên tưởng tương ứng, và tạo ra cảm xúc dẫn dắt hành động.

Chuyện kể rằng có một binh đoàn nọ rơi vào bẫy mai phục của địch. Họ bị bao vây tứ phía, không có đường rút. Vị phó tướng tới gặp tướng quân để xin ý kiến.

"Thưa ngài," phó tướng nói. "Tinh thần anh em xuống lắm rồi, chúng ta sẽ bại trận mất!"

"Đưa cho ta cái loa," vị tướng nói.

Phó tướng đưa cho ông cái loa phường to tướng.

Vị tướng cầm lấy và hô vang, "Anh em ơi, giờ xung quanh đều là địch, có nghĩa là chúng ta bắn đâu cũng trúng. Hãy dùng hết hỏa lực!"

Khi nghe thấy 'bắn đâu cũng trúng', anh em lính tráng bật cười, khí thế chiến đấu tràn trề.

Cuối cùng, binh đoàn đã phá được vòng vây, còn vị tướng quân thì ngày càng được tin tưởng bởi sự lạc quan tích cực của mình.

Với mỗi chuyện xảy ra, bạn có thể giống như vị phó tướng nhìn vào mặt buồn và trở nên bi quan, hoặc giống vị tướng quân nhìn vào mặt cười và trở nên lạc quan, tích cực.

Gần đây tôi có đăng một cuốn tự truyện nhỏ mang tên Nhật Ký Víp Mát Xa, kể về những tháng ngày tôi ở trong khóa thiền 10 ngày Vipassana. Còn nhớ đêm ấy, vợ tôi đã đọc nó và khúc khích cười từ đầu đến cuối, và quyết tâm đi thiền cùng tôi.

"Vợ cười gì thế?" tôi hỏi.

"À, nhiều lắm…" vợ nói. "Đoạn thay đổi 36 tư thế ngồi rồi vẫn đau chân, rồi cách chồng nghĩ ra các chiến thuật khác nhau đếm lá cây…"

Nhớ lại, tôi cũng bật cười. Tôi trích một đoạn ở đây để bạn thấy rõ tinh thần "hài rồi hước" của tôi, trong một khoảnh khắc ở khóa thiền ấy, khi phải đợi tới lượt mình quá lâu. Bình thường người ta có thể bức xúc, còn tôi làm gì bạn biết không?

Trích Chương 5 - Trò chơi cảm giác, sách Nhật Ký Víp Mát Xa:

Không thể để thời giờ trôi qua vô ích, mà ngồi thiền ngoài trời thì cũng không nên. Tôi quyết định thử thách trí não bằng cách… đếm lá cây.

Dù biết có thể mình sẽ chuyển qua từ giai đoạn "đếm lá" sang "nhặt lá", và cuối cùng là… "đá ống bơ" rất nguy hiểm, nhưng tôi vẫn không thể nào dừng mơ mộng về ý tưởng điên rồ này.

Ồ, có những cách nào để đếm lá cây?

Tôi nghĩ ra đủ mọi trò để đếm được lá.

Hay là làm việc đồng đội, anh em càng đông người càng tốt, mỗi người ngắt một ít rồi đếm, kiểu gì cũng xong?

Thế thì tốn nhân lực quá, hay là dùng sơn quét lên một chiếc lá rồi đo thể tích sơn đã dùng, sau đó lấy vòi cứu hỏa xịt kín cây, rồi lấy thể tích tổng lượng sơn, chia cho thể tích dùng trên một chiếc lá?

Làm vậy, có thể tôi sẽ phải liên hệ với bên phòng cháy chữa cháy, và không thể nói với họ rằng có một cái cây đang cháy, tôi cần họ xịt sơn chứ không phải xịt nước. Họ có thể sẽ tống tôi vào viện tâm thần, trước khi dự án đếm lá cây hoàn thành.

Hay là rung cây thật mạnh cho lá rơi sạch, rồi sau đó gom hết vào... máy đếm tiền?

Cuối cùng, ý tưởng mà tôi tâm đắc nhất là tôi sẽ gọi anh Hưng Tươi ra, rồi hùng hồn tuyên bố rằng tôi có thể nói chuyện với thần cây và nói đại ra một con số, 2500 lá chẳng hạn.

Khi anh ấy hỏi: Có thần cây thật không, tôi sẽ đáp: Anh không tin thì đếm thử mà coi. Và thế là... vấn đề được giải quyết trọn vẹn!

Trong cuốn nhật ký còn nhiều đoạn khác nữa rất thú vị, bạn hãy đọc thử và xem tôi đã giữ tinh thần "hài rồi hước" của mình như thế nào, trong hoàn cảnh cơn đau nhức "hành hạ" suốt 10 ngày đặc biệt đó nhé. Sách được đăng tặng miễn phí trên Google Play Books.

Thực hành nhật ký hài hước

Hãy bắt đầu xây dựng cuốn "Nhật ký hài hước" của bạn ngay từ hôm nay.

Đơn giản là ghi lại mọi khoảnh khắc đáng nhớ trong cuộc sống, đặc biệt là những điều bạn tưởng như chỉ muốn quên:

- ❖ Những điều tồi tệ nhất từng xảy ra với bạn là gì?
- ❖ Giờ đây nhìn lại, bạn rút ra được bài học nào tích cực?
- ❖ Có điều gì đó mà khi thay đổi góc nhìn, lại có thể gây cười?

Tin tôi đi, mọi chuyện xảy đến với bạn dù thế nào, cũng đều có thể trở thành một kho báu tiếng cười, không chỉ chữa lành cho bạn, mà còn mang lại niềm vui cho người khác.

Lưu ý: Trong trường hợp bạn chưa tìm ra được "góc nhìn lạc quan", thì hãy thử chia sẻ với ai đó lạc quan, để xem họ nghĩ gì về tình huống đấy nhé. Có thể bạn sẽ ngạc nhiên đấy!

Đây cũng là cách mà tôi thường huấn luyện cho các tác giả, giúp họ biến những nỗi đau của họ, trở thành những chương sách cuốn hút, trở thành những kho báu bài học giá trị. Không chỉ giúp họ chữa lành cho bản thân, mà còn khiến độc giả của họ nhớ mãi sau này.

Tập được thói quen phản ứng tích cực trong mọi tình huống và khai quật sự hài hước trong từng kỷ niệm mình trải qua, bạn sẽ vừa có tư liệu dồi dào cho bài nói, lại vừa làm cuộc sống của mình trở nên thú vị, tích cực hơn.

Giải mã năng khiếu

Có lần, tôi băng đèo Hải Vân từ Đà Nẵng qua Huế, để tham gia chương trình giao lưu Toastmasters khu vực miền Trung. Chúng tôi đã có những cuộc trò chuyện ý nghĩa, tràn ngập tiếng cười. Trong đó có một chi tiết tôi rất nhớ, và tôi đã phải ngạc nhiên với bộ não của mình.

Một bạn nam đã nói, "Ở Huế cứ 50 mét một quán cafe anh ạ."

Một bạn nữ nói, "Ừ, mọi người hay tới quán cafe học bài nhiều lắm."

Nghe vậy, trong đầu tôi như có thứ gì đó lóe sáng. Tôi hỏi, "Ý em là mọi người vừa học, vừa đánh bài hả?"

Mọi người bật cười.

Tôi cũng ngạc nhiên nữa, không hiểu sao bộ não mình tự nhiên nghĩ ra vụ "học bài" và "vừa học vừa đánh bài" đó.

Ngẫm lại, tôi đã giải thích được.

Hôm đó, do tôi tới trễ, cả đoàn đã đi chơi, tôi đành nghỉ trưa ở một quán cafe gần đó để chờ họ về. Khi tôi vừa mới ngả lưng chuẩn bị ngủ trưa, thì tự nhiên một nhóm người gần đó chơi bài. Mặc dù tôi đeo tai nghe, song bộ não vẫn ghi nhớ sự kiện một nhóm người chơi bài ở quán cafe đó. Thế nên khi bạn kia đề cập tới việc học bài ở quán cafe, bộ não đã bật ra ngay ý tưởng gây cười ấy.

Rồi còn rất nhiều lần khác nữa mà bộ não của tôi đã tự bật ra những ý tưởng hài hước.

Trong một buổi họp mặt của Toastmasters ở Đà Nẵng, tôi để ý thấy một điều đặc biệt là hôm đó có tới 4 bạn nói quá giờ, đều hơn 4 phút. Thế là khi lên sân khấu để chia sẻ cảm nhận, tôi đã nói:

"Buổi họp hôm nay làm tôi nghĩ tới bộ phim Fantastic Four (bộ tứ siêu đẳng), vì chúng ta đã có tới 4 siêu nhân quá giờ."

Cả phòng cười rần rần, và bắt đầu chú ý tới bài nói của tôi từ đầu tới cuối.

Nhiều người tin rằng có một nỗi sợ còn khiếp hơn cả sợ chết, đó là sợ nói trước đám đông. Tôi tin rằng có một thứ còn đáng sợ hơn cả thuyết trình trước đám đông bình thường, đó là thuyết trình ứng biến (không có sự chuẩn bị nào cả).

Trong một buổi sinh hoạt với CLB Huế Toastmasters nhưng là online, tôi đã được mời lên nói trong phần phản ứng nhanh. Tức là bạn sẽ không được chuẩn bị gì cả, mà ngay sau khi nhận đề bài, sẽ phải nói luôn. Hôm ấy, họ đã cho tôi một tình huống khá khó:

Khi mẹ của bạn im lặng, chỉ cặm cụi nấu ăn, làm việc nhà.

Slide ghi chữ đơn giản vậy thôi, không còn gợi ý gì khác. Bình thường ngày xưa, có thể tôi sẽ "đứng hình", nhưng không hiểu sao, tôi đã bắt đầu ngay bài nói của mình rất tự tin:

"Đã bao giờ bạn làm ba mẹ buồn bực chưa?

Khi bực, các bậc phụ huynh có thể la mắng, quát tháo, nhưng nhiều khi họ có thể buồn tới mức chẳng muốn nói gì, giọt nước mắt như nuốt vào trong...

(Ở dưới mọi người comment, thả tim rần rần...)

Thú thật với bạn, xưa giờ tôi cũng là con ngoan trò giỏi, nên nếu mẹ tôi im lặng, cặm cụi nấu nướng, làm việc nhà mà không nói gì cả ngày, thì chỉ có thể là bà... bị viêm họng.

(Ở dưới anh em bật cười không ngớt)"

Sau ấy, tôi tiếp tục bài nói và chốt lại thông điệp ý nghĩa: Đôi khi cha mẹ không nói gì, không có nghĩa là họ không yêu thương chúng ta, hãy thấu hiểu họ.

Bài nói đã vượt qua hơn 7 thí sinh khác và đạt giải nhất thuyết trình ngẫu hứng hôm ấy. Đó là một giải tôi ít khi đạt, dù đã có nhiều kinh nghiệm thuyết trình. Cá nhân tôi tới thời điểm này, khi nghĩ lại, cũng không thể nhịn được cười với ý tưởng "mẹ bị viêm họng" đó.

Không chỉ trong Toastmasters, điều này cũng hay xảy ra trong cuộc sống của vợ chồng tôi. Hàng ngày, tôi rất hay buông ra những câu nói khiến vợ cười khoái trá. Có lẽ thế mà cơm vợ nấu ngày càng ngon hơn chăng?

Ví dụ, một lần nọ khi vợ đang ngồi lướt Facebook, còn tôi đang cạo râu. Tự nhiên Facebook hiện lên một quảng cáo triệt lông vĩnh viễn gì đó. Thế là tôi nói luôn, "Ơ, sao Facebook nó hiểu mình thế..."

Vợ tôi đã bật cười.

Bạn thấy đấy, tất cả những tình huống trên, các câu nói gây cười của tôi được bật ra một cách bất ngờ bạn nhé, chứ tôi chẳng hề có sự chuẩn bị nào cả. Tôi thật sự ngạc nhiên vì khả năng liên kết trong bộ não của mình sau một thời gian luyện tập, đã trở nên nhanh nhạy như vậy.

Năng khiếu, suy cho cùng cũng chỉ là một dạng phản xạ, do các liên kết trong bộ não đã hình thành. Khi được kích hoạt, bộ não sẽ tự động thực hiện những việc nó được huấn luyện mà bạn không cần suy nghĩ.

Giờ thì tôi đã hiểu cảm giác của anh béo ngày xưa ở công ty cũ, nhưng sự khác biệt là tôi biết được lý do tại sao mình làm được. Do tôi đã thường xuyên luyện tập "đuổi từ bắt chữ", tạo ra những câu nói hay, rồi kết hợp viết lách thường xuyên, nên tư duy ngôn ngữ của tôi đã có một bước tiến dài, kể từ lúc nhận điểm 4 môn Văn tốt nghiệp tiểu học, cho tới lúc xuất bản cả tá sách.

Điều đó giúp tôi nhanh chóng "chắp cánh" cho từ ngữ, tạo ra những liên kết so sánh, những ẩn dụ sinh động. Rồi kết hợp với thói quen rèn luyện sáng tạo thường xuyên qua các bài tập trí nhớ, bộ não tôi có khả năng liên kết rất nhanh, và tự động đưa ra những gợi ý thú vị, hay những "cú bẻ lái" đầy bất ngờ.

Nếu làm được điều đó, bạn sẽ dễ dàng dẫn dắt cảm xúc mọi người từ buồn, sang vui, khiến mọi người không thể rời mắt trong những bài nói trên sân khấu, cũng như không thể rời màn hình trong những bài nói trực tuyến.

Hãy cứ kiên trì, luyện tập theo phương pháp đúng đắn, và một ngày nào đó bạn sẽ phải ngạc nhiên với chính mình, khi có ai đó tới khen bạn:

"Ôi, bạn nói chuyện có duyên quá!"

"Wow, bạn hài hước quá, tôi đã cười không ngớt khi nghe bạn nói. Bí quyết của bạn là gì vậy?"

Lúc đó, bạn có thể gãi đầu gãi tai giống anh béo trong công ty tôi hồi nào. "Ơ, tôi cũng không biết, tự nhiên bật ra thôi."

(Hoặc là bạn có thể giới thiệu cho họ cuốn sách này, thì đỡ phải giải thích nhiều, ha ha).

CƯỜI CHIA TAY

Cám ơn bạn vì đã lựa chọn cuốn sách này, và đặc biệt vì đã đọc tới đây!

Hãy cho phép mình nở một nụ cười thật tươi, như một phần thưởng cho bản thân nhé. Theo tôi biết, thì trong thời đại ngày nay, ngoài sách giáo khoa ra, hầu hết mọi người không đọc các cuốn sách thế này, chứ đừng nói gì tới việc đọc hết!

Trong trường hợp bạn đã không đọc từ đầu mà đã nhảy cóc tới đây, thì cũng hãy cười tươi hơn nữa. Vì bạn có thể nắm được toàn bộ kiến thức quan trọng của sách, chỉ sau khi đọc chương cuối.

Tất nhiên, việc chỉ "biết" thôi mà không thực hành, sẽ khó mà giúp bạn phát triển "óc hài hước". Vì thế, dù bạn đã đọc từ đầu, hay đọc nhảy cóc tới đuôi, tôi vẫn mong bạn đọc cuốn sách này nhiều lần và tìm cách thực hành mọi lúc có thể. Trước khi chia tay với một câu chuyện và món quà cảm hứng, hãy cùng tổng kết lại 7 điều quan trọng mà tôi muốn gửi gắm tới bạn thông qua cuốn sách này.

7 điều tâm niệm

1) Đừng cố gắng trở nên hài hước

Đừng cố tỏ ra hài hước bằng cách kể những câu chuyện cười sưu tầm, mà hãy khai quật tiếng cười từ chính câu chuyện thật của bạn. Kho báu hài hước ấy sẽ giúp bạn luôn là chính mình, mà vẫn hài hước và duyên dáng.

2) Hãy luôn tiến xa hơn một bước nữa

Kho báu hài hước không chỉ ẩn mình ở những câu thoại, hay phản ứng của nhân vật trong câu chuyện, mà còn là ở suy nghĩ có thể có của họ (hoặc của bạn bây giờ khi kể lại). Hãy đi xa hơn những người kể chuyện thông thường, để ý những chi tiết nhỏ, và bạn sẽ tìm thấy kho báu tiếng cười luôn ở đó.

3) Nắm nguyên tắc chung, linh hoạt áp dụng

Có thể có một vài nguyên tắc chung để hài hước như cài-cài-kích... nhưng nói thật là không có giới hạn nào cả, sự sáng tạo hoàn toàn nằm ở bạn. Bí quyết đơn giản nhất để trở nên sáng tạo hơn, là hãy thành thạo nguyên

207

tắc chung, áp dụng chúng thật nhiều để biến kỹ năng thành bản năng.

4) Hãy trò chuyện với bộ não của mọi người

Hầu hết những tiếng cười xuất hiện là do bộ não bị kích thích. Hãy đọc thật nhiều ví dụ, thử áp dụng thành thục bí quyết cài-kích, bẻ lái tư duy. Một khi chúng ngấm vào máu của bạn, thì nhiều khi bộ não của bạn sẽ tự bật ra những ý tưởng hài hước, mà chính bạn cũng phải bất ngờ.

5) Mọi ngôn ngữ đều giàu và đẹp

Rất nhiều khi sự hóm hỉnh đến từ việc sử dụng ngôn từ sinh động. Hãy thường xuyên chơi đùa với con chữ, và tự nhiên vị thần Hài Hước sẽ thường xuyên mỉm cười với bạn, còn bạn thì sung sướng khi mang lại tiếng cười cho mọi người.

Hãy cảm thấy may mắn khi bạn sinh ra ở Việt Nam, nơi tiếng Việt được mệnh danh là một trong những ngôn ngữ phong phú, giàu đẹp nhất thế giới.

6) Rất nhiều khi, hài hước là do chuẩn bị

Hầu hết các danh hài hay các nhà vô địch thuyết trình đều có sự chuẩn bị kỹ lưỡng trước khi bước lên sân khấu. Giống một màn ảo thuật vậy, rất nhiều khi, sự hài hước tưởng như tự nhiên nhất lại đến từ sự chuẩn bị kỹ càng nhất.

Bạn đã được trang bị kỹ thuật "chuẩn bị hồi đáp" để khiến việc tương tác với khán giả trở nên thú vị hơn, hãy áp dụng nó và biến bài thuyết trình hoặc bài viết của bạn trở nên ấn tượng và đáng nhớ hơn.

7) Hài hước cũng là một kỹ năng

Hài hước, tưởng chừng năng khiếu, nhưng thật ra nó là một kỹ năng, và hoàn toàn có thể rèn luyện được bằng sự kết hợp giữa: Tư duy ngôn ngữ, khả năng sáng tạo, và tinh thần lạc quan tích cực. Kiên trì luyện tập với phương pháp đúng đắn, kiểu gì bạn cũng sẽ tới đích.

Câu chuyện Oliver Fun

Ngày xửa ngày xưa ở vùng đất bị lãng quên Jolivia, có một cậu bé tên là Oliver Fun. Dù sinh ra trong một gia đình với nhiều cây hài danh tiếng, nhưng Oliver lại rất nghiêm túc. Số lượng sao băng trên trời đêm cả tuần, khéo còn nhiều hơn tiếng cười của cậu trong cả năm.

Cha mẹ của Oliver đã rất lo lắng, vì sự thiếu hài hước này không chỉ gây khó khăn cho cậu trong việc nối nghiệp gia đình, mà còn có thể khiến cậu lỡ một trong những niềm vui lớn nhất của cuộc đời là được cười. Thế nên, ngay khi nghe tin có Trại Huấn Luyện Hài Hước Huyền Thoại—hứa hẹn sẽ khai mở tiếng cười tiềm ẩn trong mỗi cá nhân—họ quyết định ghi danh ngay cho Oliver.

Khi đến trại, Oliver hòa mình vào một không khí tràn ngập tiếng cười. Các huấn luyện viên đều là những diễn viên hài chuyên nghiệp với các phong cách khác nhau. Điều này khiến Oliver cũng có mong muốn trở nên hài hước hơn, nhưng cậu nghĩ: mình không có năng khiếu.

Một huấn luyện viên—với bộ râu trắng như ông già tuyết—nói với giọng tự tin, "Ngay bây giờ, mỗi người sẽ nói một câu đùa, ai làm mọi người cười nhiều nhất sẽ thắng!"

Một bạn nữ dễ thương nói, "Một bức tường sẽ nói gì với một bức tường khác? Hẹn gặp bạn ở góc tường!"

Mọi người cười khùng khục.

Một anh béo nói, "Tại sao mấy bộ xương dù sống lại rồi mà vẫn không đánh nhau? Vì chúng không có *gan*."

Cứ thế, mỗi khi ai đó nói, cả trại lại cười vang, chỉ trừ Oliver. Vì cậu mải nghĩ xem mình sẽ nói gì khi tới lượt. Oliver thấy ai dường như cũng có năng khiếu ứng biến tuyệt vời, còn cậu chẳng nghĩ ra được gì.

"Oliver," huấn luyện viên nói. "Tới lượt em đấy!"

Oliver im bặt, hơi thở dồn dập, tay chân cậu run bắn, miệng như bị dính băng keo loại cá voi, không nói được câu nào.

Một bạn trong lớp hô lên, "Cậu có cần uống thuốc trị *giun* không?"

Cả trại được một mẻ cười lớn.

Oliver thì cảm thấy xấu hổ vô cùng. Cậu ngồi thụp xuống, che những giọt nước mắt đang chực chờ tuôn ra.

Một bạn khác nói lớn, "Bạn ấy tên là Oliver Fun, mà chẳng Fun gì cả thầy ơi!"

Cả trại được một mẻ cười lớn hơn nữa.

Oliver không chịu nổi, cậu ngồi dậy định chạy ra ngoài, nhưng huấn luyện viên đã nhanh tay giữ cậu lại. Nụ cười hiền hòa của ông đã giúp cậu bình tĩnh hơn.

Huấn luyện viên ra hiệu cho cả trại im lặng rồi nói, "Sự hài hước huyền thoại không đến từ việc cợt nhả người khác, mà đến từ trái tim biết cười vào chính mình. Oliver, ta thấy em không cười từ đầu tới giờ. Điều gì làm em lo lắng vậy?"

Oliver lau nước mắt rồi nói, "Dạ, em sợ mình sẽ không làm được mọi người cười ạ."

"Ồ, đừng lo. Hãy cứ làm cho bản thân mình vui vẻ trước đã. Từ xưa tới giờ, có kỷ niệm nào đó làm em thấy ấn tượng?"

Oliver do dự một lúc, rồi tự nhiên một ý tưởng nảy ra. "À, xưa có lần khi đi học về, em thấy một nồi cơm rang vàng ươm. Sau khi ăn xong, em mới biết hóa ra đó không phải cơm rang, mà là... cơm thiu. Em ấn tượng là vì... mình vẫn còn sống!"

Cả trại cười rần rần, khiến Oliver há mồm sửng sốt. Đó là lần đầu tiên cậu khiến mọi người cười nhiều đến thế, và cậu vẫn không hiểu sao mọi người lại cười.

Huấn luyện viên cố nín cười và hỏi tiếp, "Vậy giờ em đang có suy nghĩ gì?"

"Dạ," Oliver nói. "Em đang tự hỏi vậy là mỗi lần muốn làm mọi người cười, em sẽ phải tiếp tục... ăn cơm thiu ạ?"

Cả trại lại cười vang, nhiều bạn cười té cả ra sàn, ôm bụng lăn lông lốc. Huấn luyện viên lần này không nhịn nổi cười nữa.

Thấy vậy, Oliver lo lắng lắm, cậu bộc bạch tiếp, "Nhưng mẹ em chỉ biết nấu cơm chín, chắc cơm thiu em phải tự nấu mất thầy ơi!!!"

Huấn luyện viên cố bụm miệng lại. "Bình tĩnh Oliver, mọi chuyện không phải như em nghĩ đâu..."

Sau đó huấn luyện viên giải thích rằng mọi người cười là vì những suy nghĩ hiện tại của Oliver với sự kiện đó, kèm với các câu hỏi ngây thơ của cậu. Cuối cùng ông nói, "Oliver, em có năng khiếu hài hước tự nhiên đấy, hãy phát huy nhé!"

Nghe vậy Oliver mừng lắm, cậu đã làm theo chỉ dẫn của huấn luyện viên: viết xuống tất cả những sự kiện từng xảy ra với mình trước đây, rồi cả trại bắt cặp và lần lượt chia sẻ với nhau.

Người đầu tiên Oliver bắt cặp là một bạn nữ. Cậu đã kể với cô bé kỷ niệm một lần mình bị chó cắn, và chốt bằng một câu hỏi, "Liệu có khi nào bị chó cắn xong, chúng ta sẽ hóa thành người chó?"

Bạn ấy đã cười sằng sặc.

Cứ thế, bắt cặp tới hết bạn này tới bạn khác, Oliver đều khiến mọi người cười như nắc nẻ. Những câu chuyện xui xẻo hay buồn bực ngày xưa dường như đều đã trở thành kho báu tiếng cười trong cậu.

Ngày cuối khóa, các huấn luyện viên và mọi người quây quần bên Oliver, vỗ tay chúc mừng cậu đã tốt nghiệp khóa huấn luyện với tấm bằng xuất sắc nhất. Sau này, Oliver đã trở thành người hài hước nhất ở Jolivia, và là niềm tự hào của dòng họ Fun nhà cậu. Những câu chuyện mà Oliver kể đều rất chân thật, và đặc biệt là ngoài tiếng cười, chúng còn ẩn chứa những bài học vô cùng sâu sắc.

Với đôi mắt lấp lánh và nụ cười trên môi, Oliver luôn kết thúc bài nói của mình bằng câu nói huyền thoại, "Cười vào người khác, bạn sẽ tổn thọ. Cười vào chính mình, bạn sẽ sống lâu hơn (và vui hơn)."

Bạn nhận ra điều gì từ câu chuyện trên?

Thú thật với bạn, dù là chuyện do tôi sáng tác, nhưng mỗi lần đọc lại, tôi đều có những giây phút thoải mái, và nghiệm ra những bài học mới về việc trở nên hài hước tự nhiên.

Đầu tiên, việc hài hước tự nhiên không đến từ việc cợt nhả người khác, mà nó xuất phát từ sự tự tin, chân thành và khả năng nhìn nhận mọi việc một cách tích cực. Oliver đã học cách chấp nhận những điều không hoàn hảo trong cuộc sống của mình, và chia sẻ chúng theo góc nhìn mới. Điều đó đã biến những ký ức của cậu thành kho báu tiếng cười thực sự.

Thứ hai, hài hước có thể được học hỏi và phát triển. Oliver, mặc dù ban đầu không có "năng khiếu", nhưng khi được hòa mình trong một môi trường với nhiều cây hài, và đặc biệt là sự động viên của vị huấn luyện viên thông thái, năng lực của cậu như đã được đánh thức.

Thứ ba, bạn có để ý mỗi lần Oliver chia sẻ câu chuyện về bản thân, cậu ấy không chỉ khiến mọi người cười mà còn tạo ra một sự gắn kết.

Thật vậy, hài hước là một phương tiện mạnh mẽ để tạo ra sự kết nối, khiến chúng ta gần gũi hơn, thấu hiểu nhau hơn, thậm chí có thể tạo ra những mối quan hệ bền vững.

Cùng áp dụng những bài học trên, cũng như những bí quyết trong cuốn sách này, tôi tin chắc chắn rằng chúng ta có thể trở nên hài hước hơn, tạo ra những mối quan hệ sâu sắc hơn, sống một cuộc đời hạnh phúc hơn, thu hút những thành công lớn hơn.

HÒM QUÀ TẶNG BẠN

Một lần nữa, cám ơn bạn vì đã đọc tới đây.

Tôi biết rằng, việc trở nên hài hước có thể thay đổi cuộc sống của bạn, nhưng đó cũng là một hành trình không dễ dàng. Khi bước đi, bạn có thể nhận rất nhiều gạch đá, thậm chí có thể trả giá bằng sự tổn thương sâu sắc tới mức khiến bạn tự ti...

Tuy nhiên, bạn không hề đơn độc. Bên cạnh những bí quyết bạn đã nắm được, khi quét mã QR cuối sách, bạn có thể tìm thấy:

★ Các bài viết bổ ích, thậm chí ebook liên quan mà tôi tặng thêm cho độc giả.

★ Các hội nhóm, nơi bạn dễ dàng kết nối với tôi và các độc giả của sách.

★ Các thông tin mới nhất, sẽ hỗ trợ bạn trên hành trình của mình.

Cùng nhau, chúng ta sẽ tạo ra một môi trường an toàn để bạn có thể thoải mái luyện tập, chia sẻ suy nghĩ trong cuộc sống của mình, và "khai quật" tiếng cười từ những trải nghiệm đó.

Cuối cùng, nếu chia kỹ năng trình bày ra thành các cấp độ, tôi đánh giá như sau:

★ Cấp độ 1 - Tự tin thể hiện: Đơn giản là bạn dám trình bày ý tưởng.

★ Cấp độ 2 - Cấu trúc mạch lạc: Bạn trình bày một cách rõ ràng, dễ hiểu.

★ Cấp độ 3 - Sinh động cuốn hút: Bạn vẽ ra hình ảnh ấn tượng trong tâm trí.

★ Cấp độ 4 - Tạo cảm xúc tốt: Bạn khiến họ hào hứng hoặc xúc động.

★ Cấp độ 5 - Hài hước ấn tượng: Bạn khiến họ cười lăn cười bò, nhớ mãi tới già.

Bạn thấy đấy, tôi đánh giá hài hước là cấp độ cao nhất. Và cũng thành thật là bản thân tôi, cũng như cuốn sách này cũng còn rất nhiều điều cần cải thiện, để ngày càng giải mã trọn vẹn hơn bí ẩn của hài hước.

Gần đây nhất, cả thế giới đã rộ lên công nghệ trí tuệ nhân tạo, với khả năng trò chuyện như người, và xử lý văn bản rồi viết lách nuột nà được cả thiên hạ ngợi khen. Thế nhưng, khi tôi đưa ra những đoạn văn nhờ chúng viết lại cho hài hước, hoặc yêu cầu kể chuyện cười thì tôi cũng bật cười vì khái niệm "hài hước" của con người và máy móc đang khác nhau một trời một vực bạn ạ!

Không có gì là hoàn hảo, phải không bạn?

Nhưng tôi tin rằng, hãy cứ đi từng bước, và mọi thứ sẽ hoàn hảo. Và trên con đường đó, bạn không hề đơn độc. Tôi luôn ở bên bạn, những độc giả chung chí hướng cũng sẵn lòng giúp đỡ bạn!

Mong bạn luôn cười,
Fususu - Nguyễn Chu Nam Phương
(Đã ký lên màn hình từ một bãi biển xinh đẹp)

Hãy quét mã QR để kết nối với tôi, và đặc biệt là nhận thêm 2 ebook "Bí mật ORE" và "Vị tác giả 30 giây", sẽ chắp cánh cho bạn trên hành trình thú vị này.

fususu.com/qua-hai-huoc

Tái bút.

Chín bút. Một lần nữa cám ơn bạn!

Nếu thấy sách hay, hãy để lại đôi dòng cảm nhận cho sách. Dù chỉ vài chữ thôi, nhưng sẽ khiến tôi cười sung sướng cả ngày đấy. Mọi chia sẻ và góp ý xin bạn hãy gửi về địa chỉ email tacgia@fususu.com

Cám ơn bạn lắm lắm!

Hẹn gặp bạn với nụ cười thành công!